ஓவியம் போன்ற எழுத்துகளால்
வரையப்பட்ட கோட்டோவியம்

ஓவியம் போன்ற எழுத்துகளால் வரையப்பட்ட கோட்டோவியம்

வாஸ்தோ

எழுத்து பிரசுரம்

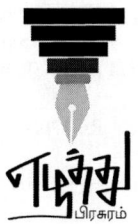

Title: Oviyam Pondra Ezhuththukkalaal Varaiyappatta Kottoviyam
Author's Name: Vasto
Copyright © Vasto2024
Published by Ezutthu Prachuram

All rights reserved. No part of this publication may be reproduced, stored in a retrieval system, or transmitted, in any form or by any means, electronic, mechanical, photocopying, recording, psychic, or otherwise, without the prior permission of the publishers.

Ezutthu Prachuram
(An imprint of Zero Degree Publishing)
No. 55(7), R Block, 6th Avenue,
Anna Nagar,
Chennai - 600 040

Website: www.zerodegreepublishing.com
E Mail id: zerodegreepublishing@gmail.com
Phone : 89250 61999

Ezutthu Prachuram First Edition: January 2024
ISBN: 978-93-95511-78-0
TITLE NO EP: 494

Rs. 170/-

Cover Design: Shara Sithara
Layout: Vijayan, Creative Studio

"தன்னுடைய மிருகத்தனமான அன்பால் என்னுள் உறைந்துப் போயிருந்த மனிதத்தை வெளிக்கொணர்ந்த என் செல்லமகள் ரியாவுக்கு"

பொருளடக்கம்

கடற்கன்னி 9

ஆழக் குழிக்குள் அமிழ்ந்துபோன ஆசைகளை முன்னிறுத்தி
ஆசைகளால் நிரப்பப்பட்ட ஆழக்குழியைப்
பற்றிய ஒரு கருத்தாய்வு 21

வெண்குழலில் மீந்த சாம்பல் 45

தொப்புள்குழியுள் புதைந்திருந்த விருட்சத்தைப் பற்றி...
அல்லது விருட்சத்தின் வேர் ஊடுருவிய
தொப்புள் குழியைப் பற்றி... 64

ஓவியம் போன்ற எழுத்துகளால் வரையப்பட்ட
கோட்டோவியம் 81

பின்னுரை 132

கடற்கன்னி

உன்னை நான் புணர்ந்த பொழுதினில், தொய்ந்து போயிருந்த உன் முலையும் அதில் வயது முதிர்ந்த பெட்டை நாயின் மடிக்காம்பையொத்த தடிமனும் நீளமுமாயிருந்த முலைக்காம்பும் உன் காமவுணர்வுக்கு தலைப்பட்டு தன்னை நிமிர்த்திக்கொள்ள முயன்று, முடியாது தோற்றுப்போய் அவமானங்கொண்டு தலை தாழ்த்தி நிலம் நோக்கிக் கிடந்ததுவும், உன் உந்திச்சுழிக்கும் பிறப்புறுப்பிற்கும் நடுவிலிருந்த இரு கோட்டுத் தழும்புகள் என்னுள் சலனப்படுத்தியதைப் போலவே என்னுடலிலிருந்து வெளியேறிய மச்ச நாற்றம் உன்னைச் சலனப்படுத்தியதாகக் கூறினாய். முலையின் தொய்வுக்கும், காம்பின் தடிமனுக்கும், அடிவயிற்று வடுவிற்கும் உன்னிடம் ஒரேயொரு காரணமே இருந்தது. பரதவ உடலுக்கே உரித்தான மச்ச நாற்றமானது, பரதவனல்லாத என்னிடம் எப்படி என்கிற உன்னுடைய கேள்விக்கான பதிலை எங்கிருந்து துவங்குவது என்பதுதான் எனக்குத் தெரியவில்லை. தெரியாத ஒன்றைச் சொல்லத் துவங்குகையில் உனக்கது தெரியுமா என்றோ அல்லது உனக்கொன்று தெரியுமாவென்று கேட்டுத் துவங்குவதே நியதி. அந்த நியதியின்படி, உன் திருமண தினத்தன்று என்னை நான் தற்கொலைத்துக்கொள்ளும் எண்ணத்தோடு கடற்கரையினில் நின்றுகொண்டிருந்தேன் என்பது உனக்குத் தெரிந்திருக்க வேண்டிய கட்டாயமில்லை என்பதால், உனக்கொன்று தெரியுமா என்கிற நியதியிலிருந்தே என் காரணத்தைச் சொல்லத் துவங்குகிறேன்.

ஓவியம் போன்ற எழுத்துகளால் வரையப்பட்ட கோட்டோவியம்

உன் திருமண தினத்தன்று தற்கொலைத்துக் கொள்ளும் எண்ணத்தோடு கடற்கரையில் நின்றிருந்தேன். அப்பொழுது அவ்வழியாக வந்த பரதவனொருவன், நான் நிற்கும் நிலையைப் பார்த்து என்ன நினைத்தானென்று தெரியவில்லை. என்னோடு கடலுக்கு வருகிறாயா...? கிடைக்கும் வருமானத்தில் ஆளுக்குப் பாதிப் பாதி பிரித்துக்கொள்ளலாமெனக் கேட்டான். பாதிப்பாதி வருமானம் என்பது எனக்கு முக்கியமானதில்லை என்றபோதும், நான் அன்றிருந்த மனநிலையில் மனிதர்களே இல்லாத வெளியினுள் தப்பியோடிவிடும் எண்ணத்தோடு இருந்ததால், அவனது அழைப்பை என்னால் மறுதலிக்க முடியவில்லை. ஆம் வருகிறேன் என்றோ அல்லது இல்லை நான் வரவில்லை என்கிற மறுதலிப்பு பதிலோ எதுவும் பேசாமல் அவனோடு கிளம்பிவிட்டேன். சொன்னால் நம்பமாட்டாய் அரூபி. அலையடித்துக் கொண்டிருந்த கடலைக் கடந்து, அலையற்ற கடலின் நடுவினில், நிலவெளியே தெரியாமல் நீண்டு கிடந்த அந்த நீலநீர் எங்கள் படகைத் தாலாட்ட, மேகங்களேதுமற்ற நீலநிற வானைப் பார்த்தபடி மல்லாந்து படுத்திருந்தேன். அந்தத் திசையறியா வெளியில் எங்கிருந்தோ திரண்டு வந்த வெண்நிற மேகங்கள் மெதுவாக நான் படுத்திருந்த படகைக் கடந்து சென்றது. என்னைக் கடந்து சென்றது மேகங்களா அல்லது ஆழியெழுந்த அலைகளாவெனச் சட்டென என்னுள் சந்தேகமெழ எழுந்து நின்றேன். நான் வானத்தில் மிதக்கிறேனா அல்லது தண்ணீரின் மேல் பறக்கிறேனா என்பது புரியவில்லை. நான் திரும்பிய திசையெங்கும் நீலம். நிலத்தில் நின்றபடியே புனையப்படும் தொடுவானம் என்கிற பதம்தான் எத்தனை வேடிக்கையானது. அப்பொழுது கடலுக்குள் என்னை அழைத்து வந்த பரதவன், “கடலெனும் மூதாய் ஒரு அட்சய பாத்திரம். உனக்கென்ன தேவையோ அதைத் தரும் வல்லமை பெற்றவள்” என்றான். எனக்கு நிம்மதி வேண்டுமென்றேன். அது தான் இங்கே அனைவருக்கும் தேவையானது என்றபடியே விரித்திருந்த வலையில் மீன்கள் சிக்கியிருக்கிறதாவெனப் பார்க்கப் போய்விட்டான்.

அந்தப் பரதவனின் வார்த்தைகள்தான் எத்தனை உண்மையானது. என்னைவிட்டு விலகிச் செல்தலே உனக்கு நிம்மதியென நீ நினைத்தாய். இந்த உலகைவிட்டு விலகிச் செல்வதே எனக்கான நிம்மதியென நான் நினைத்தேன். உன் நிம்மதிக்காக

நீ தேடிச்சென்றது வேறொரு உடல். என் நிம்மதிக்காக நான் தேடி வந்தது இந்தக் கடல். உடல் - ஊடல், கடல் - கூடல், எதுகை - மோனை வார்த்தைகள், நான் சற்றுப் புன்னகைத்துக் கொள்கிறேன். நீரின்றி அமையாது உலகு என்று எவனோ சொல்லிச் சென்றிருக்கிறான். ஆனால் நீரால் அமைந்ததுதான் உலகு என்பதை கடல் நடுவினில் நின்று நான் உணர்ந்துகொண்ட தினமன்று.

உன் திருமணத்திற்கு பரிசாக என் உயிரை இழக்கக் கடலுக்கு வந்தேன். ஆனால் உன் திருமணத்தன்று உன்னால் எனக்குக் கிடைத்த பரிசு வேறொன்று. அந்தக் கடலோடியிடம், "வயிற்றைக் கலக்குகிறது மலம் கழிக்க வேண்டும். கழிவறையற்ற இப்படகில் நான் எங்ஙனம் என் கழிவுகளை வெளியேற்றுவது" எனக் கேட்டேன். "இதோ இந்தக் கயிற்றைப் பற்றிக்கொண்டு, படகின் வெளிச்சுவரிலிருக்கும் அச்சிறு துளையில் கால் வைத்து, உன் கழிவுகளை நேராகக் கடல் மீன்களுக்கு உணவாக்கிவிடு" என்றான். கழுவுதல் என இழுத்தேன். "இன்னும் இரண்டடி இறங்கிச் செல், உன் அழுக்கை நம்மைத் தாலாட்டும் அன்னையான இந்தக் கடலே அன்னையாயிருந்து தன் அலைக்கரத்தால் கழுவியும் விட்டுவிடுவாள்" என்றான்.

அவன் கூறியபடி கயிற்றைப் பற்றியபடியே கடல் தாலாட்டிய படகின் அசைவிற்கேற்றபடி அசைந்தாடி என் உள்கழிவை வெளியேற்றினேன். ஆனால் அதற்குப் பிறகாகவே ஒரு அதிசயம் நிகழ்ந்தது. என் பிருஷ்டம் கழுவ கடல் நீரில் இறங்கியபொழுது, என் மலச்சுவையால் ஈர்க்கப்பட்ட மீனொன்று என் குதம் வழி குடலினுள் புகுந்துகொண்டது. அன்றிலிருந்து நீ நம்பமாட்டாய் பெண்ணே, நான் மலம் கழிப்பதில்லை. பெருங்கடலிலிருந்து என் பெருங்குடலினுள் குடியேறிய அம்மீன், என் பெருங்குடல் சேரும் மலம்தனைத் தின்று தீர்த்துவிடுகிறது.

அதுவரையிலும் அந்தப் பெருங்கடலில் நானும் அம்மீனும் வேறுவேறாக இருந்தோம். என் பெருங்குடலில் அது குடியேறியபின், நானும் அந்த மீனும் வேறுவேறல்ல. இருவரும் ஒன்றெனக் கலந்துவிட்டோம். ஆம், ஆண் பெண் பாலுறுப்புகளைத் தன்னகத்தே கொண்டு தன்னினம் பெருக்கிக் கொள்ளும் மண்புழுக்களைப் போலாகிவிட்டோம். அந்த மீன் என்னுள்ளேயே இருந்து என்னைப்

ஓவியம் போன்ற எழுத்துகளால் வரையப்பட்ட கோட்டோவியம்

புணர்ந்து குஞ்சுகளை ஈன்றெடுக்கத் துவங்கிவிட்டது.

பிறப்பால் உறுப்பால் நான் ஆணென்றாலும், கருத்தரித்த பெண்ணின் ஒழுங்கை நான் கடைப்பிடிக்கலானேன். ஒவ்வொரு நாளும் என் வயிற்றினுள் நீந்தும் மீன் குழவிகளுக்காகவும் சேர்த்தே நான் உண்ணலானேன். நான் உறங்கும் வேளைகளில் அவை என் குடலைச் சுத்தப்படுத்தும் வேலையில் இறங்கிவிடுகின்றன. மறுநாள் காலை பனிக்குடம் உடைந்து மகவு வெளியேறுவதைப் போல, என் பிறப்புறுப்பின் வழியே கடல் நீரின் சுவை நிறைந்த மூத்திரத்தினோடு ஒன்றிரண்டு மீன்குழவிகள் வெளியேறி விடுகின்றன.

ஒருமுறை அந்தப் பரதவன்தான் என்னிடம், "நெருப்பைப் போன்றதல்ல கடல். நெருப்பைப் போன்று தன்னுள் வரும் அத்தனையையும் அது உள்வாங்கிக் கொள்வதில்லை நண்பா" என்றான். நானும் "நெருப்பும் கூடத் தனக்கு ஒவ்வாததைத் தன்னுள் சேர்த்துக்கொள்வதில்லையே" என்றேன். என்னைச் சில நிமிடங்கள் ஊடுருவிப் பார்த்தான். பின், "நீ சொல்வதிலும் உண்மை இல்லாமல் இல்லை நண்பா. ஆனால் தொடர்ச்சியாக நெருப்பினுள் அதற்கொவ்வாத பொருள் கிடக்குமாயின் அது தன் பௌதிக நிலையை மாற்றிக்கொள்ளுமாறு நேர்ந்துவிடுகிறது. ஆனால் கடலில் அப்படியல்ல. தன் ஒரு துளி நீரில் கூட ஒரு நூறு உயிர்களைச் சுமந்திருக்கும் உயிர்க் காடு. இங்கே எதுவுமே அழிந்துப் போவதில்லை. இங்கே உயிர்வாழும் உயிரிகளுக்கு உணவெனவாகி ஒன்றோடு ஒன்றெனக் கலந்து விடுகிறது. நண்பா. அதனால்தான் கடல் தனக்கு ஒவ்வாத ஒன்றைத் தன்னோடு சேர்த்துக்கொள்வதில்லை என்றேன்" என்றான். இப்பொழுது நான் அவனை உற்றுப் பார்த்தேன். "நம்முடைய மாவட்டத்தில் சுனாமி என்கிற பேரலை வந்து பல ஆயிரம் உயிர்களைக் காவு வாங்கியது உனக்கு நினைவிருக்கிறதா நண்பா" எனக் கேட்டான். ஆமாமென்றேன். பின் சந்தேகத்தோடு, "பல ஆயிரம் உயிர்களையா நண்பா" எனக் கேட்டேன். தன் இடுப்பில் மறைத்து வைத்திருந்த சுருட்டை எடுத்து நிதானமாகப் பற்ற வைத்துக் கொண்டு, "மனித உயிர்கள் மட்டுமே உயிர்கள் இல்லையே நண்பா. இந்தக் கடலில் நீந்தும் மீன்களும், சிப்பிகளும், நத்தைகளும், பாசிகளும் கூட உயிர்கள் தானே நண்பா" என்றான். நான் எதுவுமே பேசாமல் அமர்ந்திருந்தேன்.

"கடல் உள்வாங்கியபொழுது தன்னுள் வாழத் தகுதியற்ற பல ஆயிரம் உயிரிகளை நிலத்திற்குக் கொண்டு சேர்த்து, அதன் வழியே தனக்குத் தேவையான சில நூறு மனித உயிர்களை அவர்தம் உடல்களோடு தன்னிடம் இணைத்துக் கொண்டது நண்பா" அவனது குவிந்திருந்த உதடுகளின் வழி சாம்பல் நிற புகை வெளியேறிக் காற்றோடு ஒன்றெனக் கலந்ததைப் பார்த்தபடியே, "பெருமீன்களுக்கு நாம் தூண்டிலிடுவதைப் போன்று, நமக்குக் கடலிட்ட தூண்டிலா"- மேற்கொண்டு பேசத் தெரியாது அமைதியானேன்.

"அவ்வப்பொழுது உயிர் தாகம் கொண்ட காட்டாறுகள் கூட இந்த மூதாய்க்குத் தேவையான உயிர்களைச் சுமந்து வரத் தயங்குவதில்லை நண்பா" என்றவன், "நான் உன்னைச் சந்தித்த தருணத்தில் உன் கண்களில் ஒரு மிகப்பெரிய வெறுமையைக் கண்டேன் நண்பா. இந்த மூதாய் கரையில் நின்று வேடிக்கை பார்க்கும், உன் போன்ற வெறுமைகளை இவள் தன்னோடு சேர்த்துக்கொள்வதில்லை என்பதாலேயே விரிகடலின் ஆழ் பகுதிக்கு உன்னை அழைத்து வந்தேன்" என்றான்.

"இப்பொழுதும் ஒன்றும் கெட்டுப்போகவில்லை நண்பா. நீ சம்மதித்தால் உன்னை இந்த மூதாய் ஏற்றுக்கொள்ளும்படி என்னால் செய்ய முடியும். உன் காலில் இதோ கிடக்கும் இந்தக் கல்லைக் கட்டி... ஆனால் தாய் விரும்பாத உணவை அவள் வாயில் திணிக்க எனக்கு விருப்பமில்லை. உனக்கு விருப்பமிருந்தால், அதைச் செய்ய எனக்கு எந்தவொரு ஆட்சேபணையும் இல்லை" என்றான்.

கண் காட்டும் தொலைவு வரையிலும் நீலம் தவிர்த்து வேறெதுவுமே தெரியாத பாலையைப் பார்த்தபின், நான் அவனிடம் மெதுவாக, "இல்லை நண்பா. விருப்பமின்றி உட்புகும் உணவு உள்ளே தங்குவதில்லை. எப்படியாகினும் வெளியே வந்துவிடும்" என்றேன்.

மறுமொழி எதுவுமே பேசாமல், பற்களால் சுருட்டைக் கவ்வியபடியே என்னைப் பார்த்துப் புன்னகைத்தான். மீண்டும் கரைக்கு அவனது கலனைத் திருப்பினான்.

அன்றிலிருந்து இன்று வரையிலும், மனசஞ்சலம் மிகும் வேளையிலெல்லாம் இங்கே வந்துவிடுகிறேன். தாயின் வயிற்றில்

தலைசாய்ந்து படுத்திருக்கையில், அவளிடும் மூச்சுக்காற்றுக்கேற்ப, ஏறி இறங்கும் வயிற்றைப் போல இந்த மூதாய் என்னைத் தன் ஆழ்மூச்சினால் தாலாட்டுவாள். மனிதரிலிருந்து ஒதுங்கி வாழத் தலைப்பட்ட சித்தர்களெல்லாம் சமதளமற்ற மலைமுகட்டைத் தேடிச் சென்றார்களாம். படித்திருக்கிறேன். ஆனால் இப்பொழுது யோசிக்கிறேன். இந்தக் கடலானது சமதளத்தினைப் போன்று தோன்றினாலும், இங்கே சமதளமென்று எதுவுமே இல்லையே என்றும், சமதளமற்ற தரையில் கிரகங்களின் சஞ்சாரங்கள் வேலை செய்யாது என்பதை அறிந்த சித்தர்கள் ஏன் இந்தக் கடலைப் பற்றி யோசிக்கவில்லை என்றும்.

இப்படியொரு கலனை எடுத்துக்கொண்டு கடல் நடுவினில் வந்தமர்ந்து, தனியே பேசிக்கொள்ளும் என்னைத் தனிமை விரும்பி என்கிறார்கள். ஆனால் நான் அப்படியானவனல்ல அரூபி. நான் பேசுவதைக் கேட்க எவருமின்றித் தனித்து அமர்ந்திருப்பவன். கேட்கும் காதுகளுக்காகக் காத்திருப்பவன். கேட்கக் காதுகளற்றபொழுது இதோ இந்த உப்புசம் வீசும் காற்றோடு நான் உறவாடிக்கொள்கிறேன். இங்கு வீசும் காற்றில் அரூபியாய் மறைந்திருக்கும் உன்னிடம் என் ஒலியைச் சேமித்து வைத்துக் கொள்கிறேன். என்றேனும் என் ஒலியின் அலைவரிசையைக் கேட்கும் திறனோடு யாரோ ஒருவர் இவ்விடம் வருகையில் அவர் என் கதையினைத் தெரிந்து கொள்ளட்டும். என் அரூபியே... நான் பேசுவது உனக்குக் கேட்கிறதுதானே.

★★★

ஆம் அரூபா, நீ பேசுவதை நான் என்னுள் சேமித்து வைத்துக் கொண்டுதான் இருக்கிறேன். உன்னைப் போலவேதான் நானும், கடந்த நூறு ஆண்டுகளாக எனக்கேற்ற இணையைத் தேடி ஒவ்வொரு பௌர்ணமியன்றும் ஆழ்கடலிலிருந்து மேல்மட்டத்திற்கு வந்து வானம் பார்க்க அமர்ந்திருக்கிறேன். நீரில் அமர்ந்திருப்பது எப்படியென நீ யோசிக்கலாம் என் அரூபா. புவியீர்ப்பு விசையில் வாழும் நிலம்வாழ் உயிரிகளான உங்களுக்கு மட்டும்தான் இருப்பதும், நிற்பதும், நடப்பதும், பறப்பதும். என் போன்ற நீர்வாழ் உயிரிகளுக்கு ஒரே நிலை மட்டுமே கைகூடும். வீசும் காற்றிற்கேற்ப, அசைந்தாடும் அலைகளுக்கேற்ப மிதவையாய் மிதக்க மட்டுமே எங்களுக்குத் தெரியும்.

கரை தொட்டுத் திரும்பும் அலை, கரையைத் தொட பேரார்வங்கொண்டு புரண்டு வரும் அலையிடம் தன் கரையனுபவத்தைச் சொல்லும் அந்நொடியில் இரு அலைகளும் கொஞ்சி, ஒன்றோடொன்று புணர்ந்துகொள்வதைப் போன்றிருக்கும். அதை நான் பார்க்கும் பொழுதுகளிலெல்லாம், நானும் இதுபோன்றதொரு கடல் மேலுருவாகும் அலையாக இருந்திருந்தால், கணமறியா காலங்கள் கூடிப்புணர ஆள் கிடைக்காது காத்திருக்கும் இவ்வாழ்க்கையெனும் சிறைதனிலிருந்து வெளியேறி, அலையைப் போன்று ஒரு கண நேரத்திய வாழ்வென்றாலும், கூடிப்புணர்ந்து வாழும் வாழ்க்கையை அனுபவித்திருக்கலாமேயெனத் தோன்றும். 'தால்' என்றும் 'லாம்' என்றும் முடிவுறும் வார்த்தைகளைக் கொண்டு மன ஆறுதலைத் தேடிக்கொள்ளலாம். எனினும் வாழாது வீணே கழியும் காலமென்பது, கால்களில் கல்லைக் கட்டிக்கொண்டு நீரினுள் அமிழ்ந்து தன்னைத் தானே அழித்துக் கொள்ளும் வித்தையைப் போன்று விந்தையானது.

கடல் நீரினுள் மூழ்கி என்னை ஈன்றெடுத்த என் அன்னையானவளின் கால்கட்டை நான்தான் அவிழ்த்தெறிந்தேன். இருப்பினும் அவள் என் மூதன்னையோடு தன்னை இணைத்துக்கொண்டாள். அவள் வயிற்றிலிருந்த இரு கோடுகள் விரிந்து கொடுக்க, தான் உயிர்வாழத் தேவையான உயிர்காற்றை நீரினுள் இருந்தே பிரித்தெடுக்கப் பழகிக் கொண்டாள். ஒரு மீனின் கர்ப்பக் காலம் இருபத்தியொரு நாட்கள். மனித உருவிலிருந்து மீன் என்றான என்னை ஈன்றவளும் இருபத்தியொரு நாட்களுக்கொருமுறை என்னைப் போன்றவொரு பெண்ணை ஈன்றெடுத்து உலாவ விடுகிறாள். என்னைப் போலவே அந்தப் பெண்களும் கன்னிக்கழியாப் பெண்களாக ஒவ்வொரு பௌர்ணமியன்றும் கடலெனும் இப்பரந்த பாலை வெளியில், அவர்கள் கன்னித்தன்மையை இழக்கச் செய்யும் திறன்மிகு ஆடவனைத் தேடிக் காத்திருக்கிறார்கள்.

எங்களை ஈன்றவளைப் போல, நிலம்வாழ் பெண்களைப் போன்றோரல்ல நாங்கள். ஒற்றை ஆடவனோடு கூடிப் புணர்ந்து, ஒன்றோ இரண்டோ பிள்ளைகளைப் பெற்று வாழ்ந்து ஓய்ந்து போக. நாங்கள் நீர்வாழ் பெண்கள். உயிரிருக்கும் வரையில் புணர்ந்து உயிர்களை உருவாக்கும் திறன் பெற்றவர்கள். நிலத்துப் பெண்களைப் போல ஒற்றை ஆணைத் தேடியலைந்தோமெனில், நிலத்தைப் போலவே இங்கும் ஆதிக்கச் சண்டை நிகழத்

துவங்கிவிடும். எங்களுக்குத் தேவையானது எல்லாம் எங்கள் உடல் வேட்கையைத் தணிக்கவல்ல ஆணொருவன் மட்டுமே. அந்த ஒற்றை ஆண் எங்களில் எவருக்கேனும் கிடைத்தாலும் கூடப் போதும். அந்த ஒற்றை ஆணைப் பகிர்ந்து புணர்ந்துண்டு வாழ எவ்வித மன கிலேசமுமின்றிதான் இருக்கிறோம்.

★★★

அரூபியின் குரல் எனக்குக் கேட்கிறது. இதுவரையிலும் நான் கேட்டிராத மாயயெதார்த்த குரல். சங்கினுள் தங்கிய கடலின் ஓலம். கடலைத் தன்னுள் ஒடுக்கிக் கொண்ட சங்கின் ஓங்காரக் குரல். திசைகள் கலைத்து அடுக்கப்பட்ட நீலவெளியில், அரூபியின் குரல் வந்த திசையைக் கண்டறிவதென்பது, கலைத்து அடுக்கப்பட்டிருக்கும் இந்நீலவெளியை மீண்டுமொருமுறை கலைத்து அடுக்குவதை போன்றதொரு மாயவேலை.

என் கலனின் கீழே நீரதிர்வு நிகழ்கிறது. தாலாட்டிய தாய்மடி, திகட்ட திகட்ட காமமுண்ட உடலாய், காமத்தின் முதல் உச்சம் தொட்டவுடலாய் அதிர்கிறது. என்னுடலோ புணர்வில் பலமுறை உச்சம் கண்ட உடலாய் தளர்ந்து சரிய, முதன்முறையாக இத்தனை நாளும் நான் அரூபியாகக் கருதியிருந்த காற்று நீலநிற அலையின் பின்னணியில் ரூபம் கொள்கிறது. ஆம், நான் அரூபியாக, நினைத்திருந்த இவ்விருண்டவெளி ரூபம் கொள்கிறது. அரூபி என்பது ரூபியாகுகிறது. தொய்வுறாத முலையில், பீயுருட்டும் கருவண்டினளவிலும் அதே நிறத்திலும் விரைத்து நிற்கும் முலைக்காம்பும், கருத்தரித்திராத பெண்ணின் தொப்பூழின் ஆழமற்ற வடிவம் கொண்ட நாபியின் கீழ் ரோமங்கள் ஏதுமற்ற வழவழப்பான தோலின் மேல் பார்வை வழுக்கிச் செல்லச் செல்லப் பிறப்புறுப்பு துவங்குமிடத்தில் பளபளப்பான மீனின் செதில்கள் தென்பட, பார்வை மீன் செதில்களில் சிக்கிக்கொள்ளாமல் துள்ளிக் குதித்து உருண்டு புரண்டு எழுந்து நிற்க அங்கே கால்களுக்குப் பதிலாக மீனின் வால் துடித்துக் கொண்டிருக்க, அதிர்ச்சியில் நிமிர்த்துப் பார்க்கிறேன். இரவின் கருமை பூசிய விரிகடல் நீரே நீள்கூந்தலாய் விரிந்திருக்க, என்னை விட்டுவிலகிச் சென்றவளின் ஒத்த வடிவினள் அமர்ந்திருந்தாள்.

நான் காணும் பெண்ணின் உடலெல்லாம், நான் கண்ட அந்த ஒற்றைப் பெண்ணின் உடலாலேயே என்னுள் அளக்கப்படுகிறது.

என் மூளையில் தேங்கியிருக்கும் அவ்வுடலையொத்த உடலைத் தான் இந்தக் கடலிலிருந்து கரைத் தொடும் அலைகளைப் போல மீண்டும் மீண்டும் என் மனம் தேடித் தேடி அலைவுறுகிறது. எனக்கும் கடலலைக்கும் இடையில் என்னவொரு வித்தியாசமெனில், கடலலை அயர்ச்சியுறுவதில்லை.

"அரூபத்திலிருந்து ரூபனாகி நிற்கும் என் ரூபா, நான் மனித உருக்கொண்ட பெண்ணின் வயிறு கிழித்து மீனாய் உருக்கொண்டவள். என்னைப் புணர மீனுருக்கொண்ட ஆடவனைத் தேடிப் பல பத்தாண்டுகளாக ஒவ்வொரு முழுநிலாவன்றும் இந்த எற்றுந்திரை மீதேறி பரிதி தோன்றும் வரையிலும் காத்திருக்கிறேன். இதுவரையிலும் எவரையும் நான் கண்டடைந்ததில்லை. உன் கண்களுக்கு நான் தெரிகிறேனெனில் நான் தேடும் ஆடவன் நீயாகத்தானிருக்க வேண்டும்".

"ஆனால் நான் மீனுறுக்கொண்ட ஆடவனில்லையே. பார் உன்னைப் போல எனக்கு என் கால்கள் வாலாக இல்லாமல் மனிதக் கால்களே இருக்கின்றன" என் கால்களை நீட்டி அவளுக்குக் காண்பித்தேன்.

பச்சைநிற விழிகொண்ட அவள் முகத்தில் ஆலோசனையின் சாயலும் குழப்பத்தின் ரேகையும் ஒன்று மாற்றி ஒன்றென வந்துப் போனபொழுது, இதே முகத்தை எங்கோ இதற்கு முன் நான் கண்டிருப்பதைப் போன்றிருந்தது.

"இல்லை. இத்தனை ஆண்டுகளிலும் என்னைக் கண்டவர் எவருமிலர். நான் காணும் முதல் ஆடவனும் நீதான். நீ சற்றுமுன் அரூபனாயிருந்து என்னோடு பேசுகையில் மீனும் ஆணுமாய் கலந்திருப்பவன் என்று சொன்னாய் அல்லவா?"

"ஆமாம். இப்பொழுதும் என் அடிவயிற்றில் மீன்கள் துள்ளி விளையாடுகின்றன. என் பிறப்புறுப்பின் வழி நான் கடல் நீர்த்துளிகளோடு மீன்களையும் ஈன்றெடுக்கிறேன். என் காதலியைப் புணர்கையில் என் மயிர்க்கால்களிலிருந்து வெளியேறிய வியர்வையின் துளிகளிலும் ஒன்றிரண்டு மீன் குழவிகள் வெளி வந்ததைக் கண்டிருக்கிறேன்."

"நீயுன் உடலிலிருந்து வெளியேறும் துளி நீரிலும் ஒரு நூறு உயிர்களைச் சுமந்து அலைகிறாய்."

"விந்தையாக இருக்கிறது"

"இதிலென்ன விந்தையைக் கண்டாய்?"

"என் பரதவ நண்பன்தான் கடலின் ஒரு துளி நீரிலும் ஒரு நூறு உயிரிகள் இருப்பதாய்ச் சொல்வான். நீ என்னைச் சொல்கிறாய்..."

"இல்லை. நானும் கடலைத்தான் சொல்கிறேன்..."

"உன் வார்த்தைகளை என்னால் உள்வாங்கிக்கொள்ள முடியவில்லை ரூபி."

"உன் ஊனிலிருந்து வெளியேறும் நீரில் இக்கடலின் சுவை இருப்பதை அறிவாயல்லவா"

"ஆம்!"

"நீயிருக்கும் நிலத்தில் தித்திக்கும் நீர் கூட நிலம் விட்டு வெளியேறியதும் உன்னுடல் நீரைப்போல உவர்ப்புக் கொண்டுவிடுவதை அறிவாயல்லவா"

"ஆம்"

"நீ நிலம், உன்னிலிருந்து வெளியேறிய நீரால் உருவானவள் நான்"

"விந்தை"

"ஆம் நீயென் எந்தை. உன்னால் பலப் பத்தாண்டுகள் முன் கைவிடப்பட்ட பெண்ணின் உடல்வழி உயிர்தோன்றியவள் நான்"

"எனில்"

"என் கன்னித்தன்மையை முழுமையாய் சுவைக்க நான் தேடிக் கொண்டிருக்கும் திறன்மிகு ஆண்மகன் நீ தான்"

"நான் உன் எந்தையெனில், என் வித்திலிருந்து தோன்றிய மகவை நான் புணர்தல் என்பது அறவொழுக்கதிற்கெதிரானது"

"உள்ளங்கால் உராய்வுக் கொள்ளும் நிலத்தில் மட்டுமே அதிகார மய்யமென்பது ஒற்றைப் புள்ளியில் நங்கூரமிட்டு அமர்ந்திருக்கும். அந்த ஒற்றைப்புள்ளி மய்யம் மூழ்கிப்போகும் இந்நீர்நிலையில் நீ மூழ்காதிருக்க வேண்டுமெனில் உன்னுடலே உராய்வுக் கொள்ளும்படிக்கு உன் அதிகார மையம் என்பது ஒற்றைப் புள்ளியில் குவியாது, பரவலாய் விரிந்திருந்தால் மட்டுமே சாத்தியம்.

இங்கே ஆண் பெண் என்கிற பேதம் மட்டுமே உண்டு. ஆணும் பெண்ணும் இணையத்தான் இவ்வுலகு.”

“இல்லை. நீ என்ன சொன்னாலும் என் மனம் ஏற்றுக் கொள்ளாது. நீயென் மகள். உன்னைப் புணர்ந்து இனப்பெருக்கம் செய்வதைக் காட்டிலும் இந்நீலநிற நீரில் காலில் கல்லைக் கட்டிக் கொண்டு மூழ்கிவிடலாம்”

“நீங்கள் வாழும் நிலத்தின் வாழ்க்கையைப் போலல்ல எங்கள் வாழ்க்கை. எங்கள் உலகுக்கு ஒவ்வாத உடலை நாங்கள் எங்களோடு வைத்துக் கொள்வதில்லை.”

“நான் உயிரற்ற உடலாய் கரையொதுங்கினாலும் எனக்குக் கவலையில்லை. ஆனால், ஒருகாலும் உன் கூற்றுக்கு நான் தலைவணங்கமாட்டேன்”

“நீ இப்பொழுது எங்கே இருக்கிறாய் என்று தெரியுமா”

அரூபியாயிருந்து ரூபியானவளிடமிருந்து எள்ளலும் கோபமும் கலந்த நிலையில் வார்த்தைகள் வெளியேறியதுதான் தாமதம், இளமஞ்சள் பூசியிருந்த முழு நிலவு கண்ணிலிருந்து மறைய, நட்சத்திரக் கூட்டங்களும் காணாமல் போக, வானம் சாம்பற் நிற மேகத்தால் கருமை பூசிக்கொண்டது.

“நான் எங்கிருந்தாலும் நான் என்பது நான்தான்” உரக்கக் கத்தினேன்.

“நான் எனும் ஒற்றைப் புள்ளியில் மய்யம் கொள்ள உன்னால் முடியாது என் ஆதிரூபனே. உன்னுள்ளே எம் இனத்தவர்கள் உன்னைப் புணர்ந்து இனப்பெருக்கம் நிகழ்த்தியபடியேதான் இருக்கிறார்கள். நீயென்பது நான் எனும் ஒற்றைச் சொல்லில் தேங்கிவிட முடியாது. உன் உடலினுள் ஒரு நூறு உடல்கள் வெளிவர நேரம் பார்த்துக் காத்துக் கொண்டிருக்கின்றன...” இடியாய்ச் சிரித்தாள். அவள் கூந்தல் சந்நதம் கொண்டு மேல் நோக்கி எழ, நான் அமர்ந்திருந்த கலம் விண்ணை நோக்கி எழுந்தது. கலத்தின் மேல் பற்றற்று இருந்த நான் வெளியில் தூக்கி வீசப்பட்டேன்.

வானிலிருந்து மழைத் தாரகை நிலம் நோக்கி விழ, அம்மழைத் தாரகையின் கைப்பற்றி நான் வந்த கலத்தைப் பார்த்தேன்.

அது அத்தனை நேரமும் என்னோடு உறவாடிக்கொண்டிருந்த கன்னியான அந்த ரூபியின் இரு தொடைகளின் நடுவே விரிந்த யோனியைப் போல வாய் திறந்து நின்றிருந்தது.

மழைத்துளிகளோடு நான் வந்த என் கலத்தினுள் விழ, அக்கலம் முழுவதுமாய் என்னை உள்வாங்கி மூடிக்கொண்டது. அடர் இருட்டினுள் நீந்தினேன். நீரினுள் எனக்கு மூச்சு முட்டவில்லை என்பது விந்தையாக இருந்தது.

பவளப்பாறையின் மேல் சற்றுமுன் என்னோடு உறவாடிய கன்னி எனக்காகக் காத்திருந்தாள். அந்தக் கன்னியின் முகத்தில் இத்தனை நாளும் நான் தேடியலைந்துகொண்டிருக்கும் அவள் முகம்தனைப் பார்த்தேன். அந்தக் கன்னியின் முலையில் தொய்வு இல்லை. முலைக்காம்புகள் தடித்தோ நீண்டோயிருக்கவில்லை. குறிப்பாகத் தொப்பூழின் கீழே பிறப்புறுப்பின் மேலே எவ்விதமான தழும்புகளும் காணப்படவில்லை.

“நண்பா தனக்குகந்தவர்களை என்ன விலை கொடுத்தேனும் இந்த மூதாய் தன்னோடு இணைத்துக் கொள்வாள் நண்பா” என் பரதவ நண்பனின் குரல் அசரீரியாய் என் காதில் ஒலித்தது. இறுகப் பிணைத்திருந்த என் கால்களின் கீழே பிணைக்கப்பட்டிருந்த பாரம் என்னை ஆழத்துக்கு அழைத்துச் செல்ல, பவளப்பாறையின் மீதிருந்த அந்தக் கடற்கன்னி என்னை அருகி என் மூச்சுத் திணறும்படிக்கு முத்தமிட்டாள்.

———

ஆழக் குழிக்குள் அமிழ்ந்துபோன ஆசைகளை முன்னிறுத்தி ஆசைகளால் நிரப்பப்பட்ட ஆழக்குழியைப் பற்றிய ஒரு கருத்தாய்வு

மனித மூளை என்பது சிறுத்துப் போய்விட்டது. கைக்கு அடக்கமான கணக்கீட்டுக் கருவியை நம்புமளவிற்குக் கூட மனிதனானவன் அவன் கைக்குள் அடங்கிவிடுகிற ஆனால் கைக்கெட்டாத் தொலைவிலிருந்து சிந்திக்கின்ற மூளையை நம்புவதில்லை. எனக்கு நன்றாக நினைவிருக்கிறது, என்னுடைய சிறுவயதில், கோட்டாறு பஜாரிலிருக்கும் மொத்த வியாபாரக் கடைகளில்தான் அந்த மாதத்தின் முழுத் தேவைக்குமான மளிகைப் பொருட்களையும் வாங்குவார்கள். மஞ்சள் நூறு கிராம் என்று மங்களகரமாகத் துவங்கும் ஒரு முழு மாதத்திற்கான மளிகைப் பொருட்களின் பட்டியல் கைக்கு அடக்கமான துண்டுக் காகிதத்தில் அல்லாமல், அங்கவஸ்திரமாய் நீண்டிருக்கும். மாதம் துவங்கியதும் அங்கிருக்கும் கடைகளுக்கு வரும் மளிகைச் சாமான் பட்டியல்களில் ஒருசில பட்டியல்கள் மட்டுமே ஆண்களின் கோவணத்துணியாய் இருக்கும். மற்றபடி அந்தக் கடைகளுக்கு வரும் அனைத்துப் பட்டியல்களும் அங்கவஸ்திரங்களாகவே இருக்கும். சொல்லி வைத்தாற்போல அந்தப் பஜாரிலிருக்கும் அனைத்துக் கணக்குப்பிள்ளைகளின் கைகளிலும் மரப்பிடி கொண்ட பந்துமுனை பேனாவையே வைத்திருப்பார்கள். பட்டியலில்

ஓவியம் போன்ற எழுத்துகளால் வரையப்பட்ட கோட்டோவியம்

எழுதப்பட்டிருக்கும் ஒவ்வொரு சாமானின் விலையையும் பேனாவின் மரப்பிடி தட்டிக்கொண்டே கடக்கும். மொத்தவிலைப் பகுதிக்கு வருகையில் பேனா தலைகீழாகி பந்துமுனை அந்தக் காகிதத்தில் உருளும். அவர் கணக்கிட்டு முடித்ததும் அவர் அருகிலிருக்கும் மற்றொருவரிடம் அந்தப் பட்டியல் செல்லும், அவர் பட்டியலையும் கட்டப்பட்டிருக்கும் பொருட்களையும் சரிபார்ப்பதோடு அல்லாமல் கூட்டல் கணக்கையும் ஒருமுறை சரிபார்த்துவிட்டு வாடிக்கையாளரிடம் கையளிப்பார்.

அதன்பிறகு அந்த பஜாரிலிருந்த கணக்குப்பிள்ளைகளின் கையில் ஒரு பெரிய கால்குலேட்டர் வந்தது. அதில் வேகமாக எண்களைத் தட்டுவர். விடை வரும். விடை வந்த பிற்பாடு தட்டிய எண்கள் சரிதானா என்று மீண்டுமொருமுறை தட்டிய எண்களை ஓட்டிப் பார்த்துவிட்டுக் கணக்கை முடித்துக் கொள்வர். இப்பொழுது அதுவுமில்லை, கணினியில் வரிசையாக 'கோட்' எண் கொடுத்து டைப்படிக்க, அதுவே விலைப் பட்டியலைத் தயாரித்து முடித்துவிடுகிறது. அந்த விலைப்பட்டியலை நகலெடுத்து வேலையை முடித்துக்கொள்கிறார்கள்.

வேலையைச் சுலபமாக்கும் பொருட்டோ அல்லது ஆட்குறைப்பின் வழியாய்ச் செலவைக் குறைத்து வருமானத்தை அதிகரிக்க வைக்கும் முதலாளிவர்க்கத்தினரின் குயுக்தியின் பொருட்டோ அல்லது காட்டுக் குதிரையாய்த் தறிகெட்டு ஓடும் மனிதனின் கவனச்சிதறலுக்கு மாற்றாய் கடிவாளம் கட்டிய வண்டிக் குதிரையாய் நேர்கோட்டில் பயணிக்கும் இயந்திரங்களின் மேல் கொண்ட நம்பிக்கையின் பொருட்டோ மனிதர்கள் இருந்த இடத்தை இயந்திரங்கள் நிரப்பிக்கொண்டிருக்கின்றன.

இந்தக் கால்குலேட்டரின் வரவைப் பற்றிச் சுந்தர ராமசாமி கூட ஒரு கதை எழுதியிருப்பார். அந்தக் கதையின் தலைப்பு சரியாக என் நினைவில் இல்லை. அந்தத் தலைப்பு நினைவிற்கு வருகையில் சொல்கிறேன். ஒருவேளை அந்தக் கதையை நீங்களும் வாசித்திருக்கலாம், கதையைக் கேட்டால், அந்தத் தலைப்பு என்னவென்று உங்களுக்கு நினைவுக்கு வரலாம்.

அந்தக் கதை - கதை சொல்லியான பாலுவின் தந்தை நடத்தி வரும் துணிக்கடையில் வயதான ஒருவர் வேலை பார்த்துக் கொண்டிருப்பார். அவருக்குப் பார்வை மங்கத் துவங்கிவிடுமென

நினைக்கிறேன். அவருக்கும் கதை சொல்லியின் தந்தையான கடை முதலாளிக்கும் எப்பொழுதுமே ஒரு சிறு பனிப்போர் நிகழ்ந்தபடியே இருக்கும். ஒரு கட்டத்தில் முதலாளி என்ன செய்வாரென்றால், அவர் பம்பாய் சென்று வரும் பொழுதோ அல்லது அவரது நண்பர் வெளியூர் / வெளிநாட்டிலிருந்து வரும்போதோ கால்குலேட்டர் ஒன்றை வாங்கி வருவார். கால்குலேட்டர் வந்த பிறகாக அந்த வயதான சிப்பந்திக்கு வேலை இல்லாமல் போய்விடும். கால்குலேட்டர் எனும் கணக்கீட்டுக் கருவி கணக்குகளை மட்டுமே போட வல்லது, மனிதனைப் போலத் தன்னைச் சுற்றி என்ன நடக்கிறது என்பதை அவதானித்து சுயமாய் சிந்தித்து... நிற்க...

வாசகர்கள் ஒரு நிமிடம் பொறுத்தருள்க, வீட்டிற்குள்ளிருந்து ஏதோ தீய்ந்த மணம் வருகிறது. என்னவென்று பார்த்துவிட்டு வருகிறேன். பொழுது போகவில்லையென்றால் நீங்களும் என்னோடு வரலாம்.

என் வீடு நேர்த்தியற்ற முறையிலிருப்பது உங்களுக்கு அருவருப்பை, ஒவ்வாமையைத் தரக்கூடும். அதில் உங்கள்மீது எந்தவொரு தவறுமில்லை. காரணம், நீங்கள் பார்த்த வீடுகள் அனைத்தும் அருங்காட்சியகங்களைப் போன்று நேர்த்தியான வீடுகளாய் இருந்திருக்கவே வாய்ப்புகள் அதிகம். இங்கே அருங்காட்சியகங்களைப் போன்று சுத்தமாய் இருப்பதுதான் வீடு என்று கற்றுக்கொடுக்கப்பட்டிருக்கிறது. ஆனால் என் வீடு இப்படி தான். எந்தவொரு பொருளும் அதனதன் இடத்தில் இருப்பதில்லை. எல்லா பொருட்களும் அவையவைக்குத் தேவையான இடத்தில், அவற்றுக்குத் தோதான இடத்தில் போய் அமர்ந்துக்கொள்கின்றன. ஒரு ஜடப்பொருள் எப்படி அதற்குத் தேவையான இடத்தை அதுவே தேர்ந்தெடுத்துக் கொள்ளுமென உங்களுக்குத் தோன்றலாம். தவறில்லை. உங்கள் கையிலிருக்கும் ஏதேனும் ஒரு பொருளைத் தரையில் தவற விடுங்கள்; அல்லது மேலே தூக்கிப் போடுங்கள். அந்தப் பொருள் தன்னை நிலைநிறுத்திக் கொள்வது நீங்கள் நினைத்து வைத்திருக்கும் இடத்தில் இருக்குமா அல்லது அதற்குத் தோதான - விருப்பமான இடத்தில் இருக்குமா...?

இதோ என் வீட்டினுள் உங்கள் பார்வைக்குச் சிதறிக் கிடப்பதாய்த் தெரியும் பொருட்கள்தான் எனக்குள் ஏதோவொரு சிந்தனையைத் தோற்றுவிக்கிறது. அதனதன் இடத்தில் நேர்த்தியாக வைக்கப்பட்ட

பொருட்களைப் பார்க்க அழகாக இருக்குமே தவிர்த்து, அது வேறொன்றாய் பார்வைக்குக் கிடைப்பதில்லை. இதோ கைப்பிடி உடைந்த ஓயின் கோப்பை கவிழ்ந்து கிடக்கிறதே. இது நேற்று இரவு முழு போதையிலிருக்கையில் என் கைதவறவிட்டதென நினைக்கிறேன். நினைக்கிறேன் என்ன நினைக்கிறேன். நேற்று இரவு நான் தவறவிட்ட கோப்பைதான் இப்படி உடைந்து கிடக்கிறது. கவிழ்ந்து கிடக்கும் இந்தக் கோப்பையைப் பார்க்கையில் உங்களுக்குச் சிதறிக்கிடக்கும் கண்ணாடித் துகள்கள் உங்கள் கால் பாதத்தைப் பதம் பார்த்துவிடக் கூடாதே என்கிற எச்சரிக்கை உணர்வு தோன்றக்கூடும். ஆனால் எனக்கோ அந்த உடைந்த கண்ணாடிக் குடுவையானது பெண்ணின் முலையாகவும், உடைந்துப் போன கைப்பிடியில் எஞ்சி நிற்கும் முனையானது அம்முலையின் காம்பாகவும், கோப்பையின் கீழே சிதறிக் காய்ந்துப் போயிருக்கும் செந்நிற ஓயின் அம்முலையிலிருந்து வெளிவந்தக் குருதியாகவும், அவ்வுறைந்துப் போன ஓயினில் ஒட்டியிருக்கும் உடைந்தக் கண்ணாடித் துகள்கள் அவளது சதைத் துகள்களாகவுமே தெரிகிறது. நிற்க.

பாண்டியன் நெடுஞ்செழியனின் அவையில் தனக்கான நீதிக் கேட்டுத் தன் இடமுலையை அறுத்தெறிந்த கண்ணகியின் முலையும் இப்படி தானே அங்கே விழுந்திருக்கும்...? முலையென்ன நெருப்புக் கோளமா வீழ்ந்தவுடன் பற்றியெரிவதற்கு...? அது வெறும் சதைக் கோளம் தானே...! சதைக் கோளத்தால் நெருப்பில் விழுந்து தீய்ந்துக் கரியத்தானே முடியும், அதுவே நெருப்பாகி ஊரையே எரித்துவிட முடியுமா...? இப்படி ஏதேதோ சிந்தனைகள் எனைத் தொடர்கிறது, உடைந்துக் கிடக்கும் அந்த ஓயின் கோப்பையை எடுத்து என் வெற்று மார்பினில் வைத்துப் பார்க்கிறேன். ஊசிக் கொண்டு உடல் துளைத்ததைப் போன்றதொரு வெம்மை கோப்பையின் விளிம்புகள் தொட்ட என் மார்பைத் தீண்டக் கையுதறிக் கோப்பையை விடுவிக்கிறேன். கோப்பை என் மார்பின் மேல் முலையாய் ஒட்டிக் கொண்டிருக்கிறது. விரல் நடுநடுங்க அக்கோப்பையை என் மார்பிலிருந்து அகற்றும் பொருட்டுத் தீண்டினேன். கோப்பை எரிகலனைப் போலக் கொதிக்கிறது. மீண்டும் என் நாசியில் சதைத் தீய்ந்துக் கருகும் நாற்றம்.

கோப்பையின் வெம்மையில் இளகியிருந்த என் மார்புத் தசையானது கோப்பையின் வெற்றிடத்தை நிரப்ப ஆரம்பித்திருந்தது. சதையும்

தசையும் ஒன்றெனக் குழைந்து பல்கிப் பெருக, என் மார்பின் தோல் கோப்பையோடு ஒட்டிக் கொண்டது. திரண்டிருந்த என் மார்புக் குவையினுள் ஒரு முழுமனிதனை எரித்திடுமளவிற்கான அதீத நிதாகம்.

என் மார்பின் வேக்காட்டினைத் தாளமுடியாத அக்குடிநீர்க் குடுவைப் பல்லாயிரம் துகள்களாக வெடித்துச் சிதறுகிறது. சிதறியத் துகள்கள் என்னெதிரில் கம்பீரமாய் அமர்ந்திருக்கும் பாண்டியன் நெடுஞ்செழியன் மார்பிலும், அவனருகே வீட்டிருந்த கோப்பெருந்தேவியின் அடிவயிற்றிலும், வேடிக்கைப் பார்க்க வேண்டி என்னைச் சுற்றிக் கூடியிருந்த ஒவ்வொரு மனிதரின் கண்களில், காதுகளில், நாசித் துவாரங்களில், வாய்களில் என அவர்களின் முகத்தில் ஒரு இடம் கூட விடாது குருதியைக் கசியவிடுகிறது. என் கணவன் கோவலனின் உடல் இரண்டாய் பிளவுப் பட்டுக் கிடந்த இடத்தில் பெருகிய செந்நீர் இந்த அரண்மனையின் மந்திராலோசனைச் சுவரெங்கும் ஊற்றெடுத்துப் புனலாய் மாற, விம்மிப்புடைத்திருந்த என் மார்பின் காம்பில் பால் சுரப்பதற்குப் பதிலாகக் குருதி பீய்ச்சியடித்து அப்புனலிற்கு வழிகாட்டியது.

பொன்செய் கொல்லன் தன்சொல் கேட்ட
யானோ அரசன் யானே கள்வன்

மேடைமீது ஒய்யாரமாய் அமர்ந்திருந்த அரசன் தன் முடி நழுவ, உச்சிக்கொண்டை பிரி பிரியாய் உதிர அரியணையிலிருந்து சரிந்து கீழே விழுந்து திரண்டிருந்த செம்புனலுக்குத் தன்னை ஒப்புக்கொடுத்து அதில் மிதந்து செல்லலானான். இனி என் செய்வதென அறியா கோப்பெருந்தேவி தன் அடிவயிற்றிலிருந்து பிரவாகமெடுத்த சுரோணிதத்தில் தன்னை மூழ்கடித்துக் கொண்டாள். அவள் தலைமூழ்கும் தருணத்தில் ஆவேசம் கொண்ட கண்களோடு, “நீ மட்டுமல்ல பெண்ணே யானும் ஒற்றைமுலைப் பெண்ணே” எனக் கூறி மூழ்கினாள்.

அந்த ஆவேசக் கண்களைக் கண்ட கணத்தில் என் தண்டுவடத்தில் குருதியின் புதுப்பாய்ச்சலை உணர்ந்தேன். மெலிதாக ஒரு வெம்மை மூலாதாரத்தில் துவங்கி மூளை வரை சென்றது. அந்தச் சூடு மூளையைத் தொட்ட விநாடியில் உடலெங்கும் குளிர் பரவியது. அத்தனை நேரமும் முலையுறுவாக்கலில் நொதித்துக்

கொதித்துக் குருதியால் குளித்திருந்த மார்பு வரையிலும் குளிர் ஊடுருவியது.

என் பின்னங்கழுத்தில் உஷ்ணமூச்சு உணரப்பட, என் பிடரியிலிருந்த பூனை மயிர்கள் சிலிர்த்துக்கொண்டன. என் காது மடலின் பின்னே ஈர நாவின் நுனி வருட, என் இடமுலையின் பின்னே மறைந்திருந்த இதயம் அதிவேகமாகத் துடிக்க அரம்பித்தது. என் வலப்புற முதுகில் மிருதுவாய் சதைக்கோளமொன்று அழுத்தியது.

“உன்னுடல் எனக்குப் பெந்தேஸீலியாவை நினைவுறுத்துகிறது நண்பா”

குரல் வந்த திசையைப் பார்த்தேன். அங்கே நான் எறிந்த என் இடமுலையால் எரிந்துபோயிருந்த மாநகரின் தணலின் மேல் உருவாகியிருந்த சாம்பற்துகள்களால் திரண்ட உருவமொன்று தணல் கரைத் தொட்டோடிய குருதிப்புனலின் நீர் உறிந்து தன் சாம்பற்துகள்களை ஒன்றிணைத்துக்கொண்டிருந்தது. தன்னிச்சையாய் என் வலக்கை என் இடது மார்பைத் தொட்டுப் பார்த்துக் கொண்டது. எரிந்துக் கிடக்கும் இந்த மாநகரத்தின் சாம்பலுக்கும், அந்தச் சாம்பலைத் தொட்டு ஓடும் இந்தச் செந்நீரோட்டத்திற்கும் எனக்கும் எந்தவொரு தொடர்பும் இல்லை என்கிற நினைப்பே எனக்கு ஆசுவாசத்தைக் கொடுத்தது.

“நண்பா” குருதிக் குடித்து தன் சாம்பல் மேனியைத் திடமாக்கியிருந்தவன், எனக்கும் அவனுக்குமிடையில் பெருக்கெடுத்து ஓடிய குருதியாற்றில் இறங்கி என்னை நோக்கி நடந்து வந்தான்.

“யார் நீ”, என் முலையைப் பற்றியிருந்தக் கையை விடுவிக்காமல் அவனைப் பார்த்து வினவினேன்.

“நான் தான் தேதீஸுக்கும் பேலியஸுக்கும் பிறந்தவனான மாவீரன் அக்கீலிஸ்” என்றான்.

“அக்கீலீஸ்” என் உதடுகள் முணுமுணுத்தது.

“கவலைக் கொள்ளாதே நண்பா. நான் உன் முலையறுக்க இங்கே வரவில்லை. உன் பின்னே மறைந்திருக்கும் என் தாயிடம் பேசவே இங்கு யான் வந்தேன்” என்றான்.

“உன் தாயா...!” மேற்கொண்டு என்னைப் பேசவிடாமல் என் வாயை யாரோ ஒருவர் தன் கையால் பொத்தியதைப் போலிருக்க, “ஆமாம். உன் உருவில் என் காதலி பெந்தேஸீலியாவை நான் கண்டாலும், நான் என் தாயிடம் பேசவே இங்கே வந்தேன்.”

கட்டுமஸ்தாகவும் அஜானுபாகுவாகவும் தெரிந்த அவனுடல் சற்றுக் குறுகியது. “எவராலும் வெல்ல முடியாத ஒரு பிள்ளையைப் பெற்றவள் நீ என் அன்னையே. என்னை எதிர்த்து நின்ற அத்தனை வீரர்களையும் கொன்று அவர்களின் குருதியில் குளித்தவன் நான்.” குருதியாற்றில் மூழ்கி வெளிவந்திருந்த அக்கீலீஸின் உடலிலிருந்து குருதி வழிந்தோடியது.

“போர் செய்தல் என்னுடைய தொழில். போர்க்களத்தில் உயிர்க் கொலைகள் என்பது மிகவும் சாதாரணம். எனினும் போர்க்களத்திற்கென ஒரு விதிமுறை இருக்கிறது. பெண்கள், குழந்தைகள், வயதானவர்கள், நிராயுதபாணியாய் நிற்பவர்கள் இவர்கள் எவரையுமே கொல்லுதல் கூடாது. கோபத்தில் என் சமநிலைக் குலைந்ததில் ட்ராய் போரின்போது என் முன்னே நிராயுதபாணியனாய் நின்ற ஹெக்டரைக் கொன்றேன். அதுவும் அவன் குடும்பத்தினர் முன்னிலையில்.” பெருமூச்சொன்றை விட்டுக் கொண்டவன், “அப்படிக் கொன்றதோடு அல்லாமல் அவனை என் தேர்காலில் கட்டி மண்ணோடு இழுத்து வந்தேன். கோபம் தணிந்தப் பிறகே நான் செய்த தவறு எனக்கு உரைத்தது. நான் நிகழ்த்திய இந்தக் கொடூரத்திற்கு, போர்க்கடவுளான எரேஸ் கூட என்னை மன்னிக்கமாட்டான். இருப்பினும் என் குற்றவுணர்விலிருந்து நான் வெளிவரவேண்டி ஹெக்டரின் இறுதிச்சடங்கினை நிகழ்த்த அவனுடைய உடலை அவன் குடும்பத்தாரிடம் ஒப்படைத்து, இறந்தவருக்கான துக்கம் அனுஷ்டிக்கும் அடுத்த பன்னிரெண்டு நாட்களுக்குப் போரை நிறுத்திவைத்தேன். நான் என் குற்றவுணர்விலிருந்து வெளிவர எனக்கு அந்தப் பன்னிரெண்டு நாட்கள் தேவையானதாய் இருந்தது. அந்தப் பன்னிரெண்டு நாட்களிலும் என்னுடையப் போர் பயிற்சியைத் தவிர்த்துவிட்டு, குடியும், பெண்களுமாகக் கழித்தேன்.”

“பெந்தேஸீலியாவை எப்பொழுது சந்தித்தானெனக் கேள்” என்றது என் பின்னாலிருந்து உருவம். நான் பெந்தேஸீலியா

என்கிற பெயரை உச்சரித்ததும் என் வாய் மெல்லிய விரல்களால் அடைக்கப்பட்டது.

“பெந்தேஸீலி யாரென உனக்குத் தெரியாது அல்லவா. சொல்கிறேன். பெந்தேஸீலியா அமேசான் போர்க்குழுவைச் சேர்ந்தவள். இல்லை இல்லை” தலை கவிழ்த்து அதிருப்தியோடு ஒருமுறை இடவலமாக ஆட்டிக்கொண்டான். பின் என்னை நிமிர்ந்து பார்த்து, “அவள் அமேசான் போர்க்குழுவின் அரசி” என்று அவன் கூறியபொழுது அவனது உடலில் மட்டுமல்ல, குரலிலும் ஒரு கம்பீரம் வந்து ஒட்டிக்கொண்டிருந்தது. “போரின் துவக்கத்தில் அவளை ஆண் என்றே நினைத்திருந்தேன். ஆமாம் அவள் கைவந்த ஒவ்வொரு ஆயுதத்தையும் அவள் அத்தனை இலகுவாகக் கையாளுவதை நீ பார்த்திருந்தால், நீயும் அவளை ஆண் என்றேதான் நினைத்திருப்பாய்.” அகல விரிந்திருந்த கண்களோடு அவன் பேசுகையில், அந்தக் கண்களில் போர் வீரனின் ஆர்வம் பொங்கி வழிந்தது.

“என் படையைச் சேர்ந்த ஒவ்வொரு வீரனையும் வெட்டிச் சாய்த்து அவள் என்னை நோக்கி முன்னேறியபடியே வந்தாள். என் முன்னே வாளேந்தி நிற்பவன் எந்த நாட்டின் அரசனாக இருந்தாலும், அவன் எத்தனை பெரிய போர்வீரனாக மாவீரனாக இருந்தாலும், அவனை ஓரடி பின்வாங்க வைத்திடும் ஒரு மந்திர வார்த்தை. ‘அக்கிலீஸ் எவராலும் தோற்கடிக்கப்பட முடியாதவன்’. வெற்றி என்பது ஒரு போதை. அது எப்பொழுதேனும் கிடைத்தால் மட்டுமே. எப்பொழுதுமே வெற்றியை மட்டுமே சுவைத்துக் கொண்டிருப்பவனுக்கு அது போதையைத் தராது. மாறாகச் சோர்வையே தரும். ஹெக்டரை வென்றதற்குப் பிறகான என் மனமும் சோர்வடைந்துதான் போயிருந்தது. போரிடவே பிறந்தவன் நான். போர் ஒன்றே நான் அறிந்த தொழில். போர்க்களத்திலேயே மாய வேண்டும் என்பது எனக்கான விதி. இந்த ட்ரோஜான் போரில் நான் அழியவேண்டுமென்கிற வேட்கையோடு தான் ட்ராய் கோட்டையினுள் நுழைந்தேன். ஆனால், அங்கே நிகழ்ந்ததென்னவோ, ‘அக்கிலீஸின் படை எவராலும் உள்நுழைய முடியாத ட்ராய் கோட்டையினுள் நுழைந்துவிட்டது’. ‘அக்கிலீஸ் கோட்டைக்குள் நுழைந்துவிட்டான்’ என்கிற கூச்சலும் அதைத் தொடர்ந்து வலிமைமிகு கோட்டையான ட்ராயின் போர் வீரர்கள், என்னை எதிர்த்து நின்று போரிடும் வலிமையற்று

அங்குமிங்கும் பயந்து ஓடியதும் தான். வீர மரணம் வேண்டிப் போர்க்களத்தினுள் நுழைந்தவனுக்கு அவனைப் பார்த்துப் பயந்து ஓடும் வீரர்களால் எப்படி அதைக் கொடுக்க முடியும்...? மீண்டும் மனச்சோர்வு. என்மீது எனக்கே கோபம். என்னோடு நேருக்கு நேர் சமர் செய்ய இத்தனை பெரிய கோட்டையில் ஒரு வீரன் கூடவா இல்லை. பயந்து ஓடிய ஒவ்வொரு போர்வீரனையும் துரத்திச் சென்று சண்டையிட்டு வெட்டி வீழ்த்தினேன். இது போர்வீரர்களால் நிறைந்த போர்க்களம் அல்ல. ஆடுகளால் நிறைந்த மந்தைக் கூட்டம். இங்கே நிற்கும் எவனொருவனாலும் எனக்கு வீரச்சுவர்க்கத்தை அளிக்க முடியாது என்று என் மனம் துவண்டுபோன அந்த நேரத்தில்தான் நான் அவளைப் பார்த்தேன்.

போர்க்களத்தில் அக்கிலீஸ் என்கிற என் பெயரைக் கேட்டதுமே பயந்தும் ஒதுங்கியும் ஓடிய வீரர்களுக்கு மத்தியில், ஒரு போர்வீரன் என்னோடு நேருக்கு நேர் சமர் செய்யும் பொருட்டு, என்னை நோக்கி நெருங்கி வருகிறான் என்பதைப் பார்த்ததும், என்னுள் ‘உனக்குச் சரிநிகரான போர் வீரன் ஒருவன் கிடைத்துவிட்டான். அவன் கையால் உனக்கு மரணம் நிகழ்ந்ததெனில், ஹெக்டருக்கு நீ இழைத்த அநீதிக்கு ஏரஸ் உன்னை மன்னித்து ஏற்றுக் கொண்டானெனப் பொருள்’ என்று தோன்றியது. அந்த நிமிடமே அவனது போர் செய்யும் யுக்தியை அவதானிக்கத் துவங்கினேன். என்னதான் ஒரு போர் வீரன் தன் வலது மற்றும் இடது கைகளைக் கொண்டு வாள் சுழற்றும் பயிற்சியைப் பெற்றிருந்தாலும் கூட அவனது வலுவற்ற கரத்திற்கு வாள் வருகையில், அது வலதோ இடதோ எதுவாக இருந்தாலும், வாள் சுழற்சியில் ஒரு சிறு சலனம் தெரியும். ஆனால் அவனது வாள் சுழற்சியில் அப்படியான எந்தவொரு சலனத்தையும் என்னால் கண்டடைய முடியவில்லை. ஒரு கணம் அவன் அணிந்திருந்த முகமூடியின் வழியே என்னைப் பார்த்தான். அந்தப் பார்வையானது, ‘உன்னை நோக்கியே நான் வந்துகொண்டிருக்கிறேன்’ என்பதாய் இருந்தது. அந்த ஒற்றைப் பார்வை என்னுள் புது ரத்தத்தைப் பாய்ந்தோட வைத்தது. ‘நீ என்னை நெருங்கும் முன் நான் உன்னை நெருங்கி வருகிறேன் பார்’ என்று அவனுக்கு உணர்த்துவதைப் போன்று என் கையிலிருந்த மகைரா வேகமாகச் சுழல ஆரம்பிக்க, மீண்டும் அவன் கண்களைப் பார்த்தேன். அந்தக் கண்ணில் உன் வேகம் இவ்வளவுதானா என்பதைப் போன்ற அலட்சிய பாவம் தெரிய, ஒரு கணம்

ஓவியம் போன்ற எழுத்துகளால் வரையப்பட்ட கோட்டோவியம்

திகைத்தேன். அப்படியெல்லாம் இருக்காது என்று என்னை நான் சமாதானப்படுத்திக்கொள்ளும் முன்னமே, நீ நினைத்தது சரிதான் என்பதைப் போன்று அவனது கைகள் முன்னெப்போதையும் காட்டிலும் அதிக வேகமெடுத்தது. அவனைச் சுற்றியிருந்த ஒவ்வொரு வீரனும் துண்டுகளாகி விழத் துவங்கினர்.

சரிநிகர் பலமற்ற எதிரியோடு மோதுகையில் நம்முடைய முழு பலத்தினையும் அவர்களிடம் காட்டவேண்டிய அவசியம் இருப்பதில்லை. அதே நேரம் சரிநிகரான எதிரியோடு எனும்போது, நம்முடைய பலமென்ன என்பதை நாமே உணர்ந்து கொள்ளவேண்டிய அவசியமிருக்கிறது. ஆனால் நம்மை விடவும் பலமிக்கவன் எனத் தோன்றும்பொழுது, அவனுடைய பலமென்ன பலகீனமென்ன என்பதை அறிந்து, நம் பலத்தினைக் கொண்டு அவனுடைய பலகீனத்தைத் தாக்குவதன் மூலம் நாம் வெற்றியடைய முடியும். ஆனால் நான் அக்கிலீஸ். போர்க்கடவுளான ஏரஸின் செல்லப்பிள்ளை. சரிநிகர் பலம் கொண்டவனோ அல்லது என்னிலும் பலம் மிகுந்தவனோ யாராக இருந்தாலும் அவர்களின் பலம் மிக்க பகுதியோடு மோதியே என்னுடைய வெற்றியை நிலைநாட்டுவேன். அவனுடைய பலம் வலது புஜமா அல்லது இடது புஜமா என ஆராய்ந்தேன். வாள் வீச்சில் என்னால் அதைக் கண்டடைய முடியவில்லை. ஆனால் ஈட்டித் துளைத்து இறந்து கிடந்த வீரன் ஒருவனின் உடலிலிருந்து ஈட்டியைப் பிடுங்கி மற்றொரு வீரனை அவன் கொன்றபொழுது அவன் இடப்புற வீரன் என்பதை நான் அறிந்துகொண்டேன். ஆமாம். தீவிர வேலையின் நடுவே ஒரு பொருளை எடுக்கக் கைக்கொள்கையில் எந்தக் கை உடனடியாக முன்செல்கிறதோ அந்தக் கைதான் அவர்களின் பலம் கொண்ட கை. அவன் இறந்துகிடந்தவனின் உடலிலிருந்து ஈட்டியை உருவியது தன்னுடைய இடக்கையால். உருவிய ஈட்டியைக் கொண்டு அடுத்து வந்த வீரனைக் கொன்றதும் அதே இடக்கையால். “உன் இடது மார்பில் என் மகைராவை இறக்கி உன்னைக் கொல்வேன் அல்லது உன் கையிருக்கும் மகைராவால் நான் கொல்லப்பட்டு இந்தப் போர்க்களத்தில் என் உயிர் நீப்பேன்”- என்னுள் சபதமெடுத்துக் கொண்டேன்.

நான் ஒரு வீரனைச் சாய்த்து ஓரடி முன்னேறினால், அவன் இரண்டு வீரர்களைச் சாய்த்து இரண்டடி முன்னேறி வந்தான். என் கவனம் முழுக்கவும் அவனது இடதுபுறமாக இருந்தது.

வலுமிக்க பகுதியின் வலுவற்ற இடம்தான் எனக்குத் தேவையானது. என்னவானாலும் சரி என்னுடைய மகைரா தோல் கவசம் கொண்டு மறைக்கப்பட்டிருக்கும் அவனது இடது மார்பில் துளைக்க வேண்டும். இந்த வீரனுக்கு என்னால் கொடுக்க முடிந்த பரிசு அவன் இதயத்தைக் கிழித்து நொடியில் அவனுக்கு மரணத்தை வழங்குவதன்றி வேறெதுவுமல்ல.

எனக்கும் அவனுக்குமான நேருக்கு நேர் சமர் துவங்கியது. அந்தச் சண்டை மிகவும் உக்கிரமாக இருந்தது. எங்கள் கைகளிலிருந்த மகைரா ஒன்றோடு ஒன்று மோதிக்கொண்டபொழுது தீப்பொறி பறந்தது. வெட்கத்தை விட்டுச் சொல்வதென்றால், என்னுடைய இத்தனை வருட சண்டைக்களத்தில் இப்படியான ஒரு வீரனை நான் சந்தித்ததே இல்லை. இவனைப் போன்றவொரு வீரனைத்தான் இத்தனை ஆண்டு காலமும் நான் தேடிக்கொண்டிருந்தேனோ...! எங்களுக்குள்ளான சண்டையில் முதல் காயம் எனக்கே விழுந்தது. அவனது மகைரா என்னுடைய வலபுஜத்தைக் கிழித்தது. ஸ்டைக்ஸ் நதியில் மூழ்கி எழுந்த என்னை உடற்காயங்கள் வீழ்த்தாது, என்னை நீ வீழ்த்த வேண்டுமெனில் உன் மகைரா என் குதிக்காலைக் கிழிக்க வேண்டுமென்றேன். ஒரு கணம் அவனிடம் தடுமாற்றம் தெரிந்தது. பின் சுதாரித்துக்கொண்டு இன்னும் மூர்க்கமாக என்னோடு போரிட ஆரம்பித்தான்.

என்னை வீழ்த்தும் யுக்தியை அவனிடம் கூறிய பிறகான அவனுடைய வாள் வீச்சு நிதானமற்ற மூர்க்கமான வீச்சாக இருந்தது. ஒருவேளை வெல்ல முடியா ஒருவனோடு போரிட்டு விழுந்திடும் எண்ணமாகவும் இருக்கக்கூடும். நிதானமின்றி மூர்க்கமாக வாளை வீசிய போதும், போரின் விதியை அவன் கைகள் மீறவே இல்லை.

நேர்த்தியான முறையில் அவன் சண்டையிட்டிருந்தால், எங்களுக்குள்ளான சண்டை ஒரு முடிவுக்கே வராமல் போயிருந்திருக்கும். ஆனால் அவன் தன் நிதானத்தைத் தவறவிட்டதனால் விரைவாகவே சோர்ந்துவிட்டான். இடது கையில் அவனது மகைரா இருக்கும் பொழுதே அவனுடைய இடமார்பில் என்னுடைய மகைராவை இறக்கினேன். அவன் மார்பிலிருந்து குருதி பீறிட்டு வெளியேறியது. எந்தவொரு அலைக்கழிப்புமின்றி அவன் குருதிப்புனலெடுத்து ஓடிய அந்தப் பூமிக்கு தன்னை ஒப்புக் கொடுத்தான்.

என்னோடு சரிக்குச் சரியாகச் சமர்புரிந்த அந்த வீரனின் முகம் பார்க்க வேண்டி அவனது முகமூடியோடு பிணைந்திருந்த தலைக்கவசத்தை அகற்றினேன். அந்தக் கணமே என்னுள் நான் மரித்துப் போய்விட்டேன். எதுவுமே பேசத் தோன்றாமல் உன் பெயரென்ன பெண்ணேயெனக் கேட்டேன். நான் அமேசான் போர் வீரர்களின் அரசி பெந்தஸீலியா என்றாள். அவளது வல மார்பு என் மார்பை அழுத்த, இடமார்பிலிருந்து வெளியேறிய குருதி என்னைக் குளிப்பாட்ட என் மடியில் அவள் மரித்தாள்.

என் மார்புக் கூட்டினுள் குறுகுறுவென ஏதோ ஊர்ந்தது. அக்கிலீஸின் உருவம் என் முன்னே கம்பீரமாக நின்றாலும், அவனைக் கட்டியணைத்துக் கொள்ள என் உள்ளம் பரிதவித்தது. என்னையுமறியாமல் அவனை வா மகனேயென என் இருகரத்தையும் விரித்து அழைத்தேன்.

என் வலப்புற முதுகில் ஊசி இறங்கியது. என்ன ஏது என்று நான் சுதாரிக்கும் முன்னமே என்னுடைய வலது மார்புத் தசை விம்மி விரியத் துவங்கியது. அக்கிலீஸூம் என்னை நெருங்கியிருந்தான். திறந்திருந்த என் மார்புக் குவியம் அவனை எவ்விதத்திலும் சலனப்படுத்தவில்லை என்பதை அவன் பார்வை எனக்கு உணர்த்தியது, ஆனால் எனக்குள் மட்டும் ஏனோ ஒரு ஆண்மகனின் முன் முலைகாட்டி நிற்பது சற்றுக் கூச்சத்தைத் தோற்றுவித்தது.

என்னை நெருங்கி வந்தவன் என் மார்பில் முகத்தைப் புதைத்துக் கொண்டான். தன்னிச்சையாய் என் கைகள் அவனை ஆரத்தழுவிக் கொண்டதோடு அல்லாமல் என் கண்களில் கண்ணீர் வழிய அவனை மகனே என்றழைத்தேன்.

“அன்னையே அன்றைய தினம் அவளது இறந்த உடலைப் பார்த்தபிறகு என்னுள் ஏதேதோ எண்ணங்கள் அலைமோத ஆரம்பித்துவிட்டன. நான் அவளை வென்றுவிட்டேன் என்று பாராட்டியவர்கள் குதித்தாடியவர்கள் குரலில் எல்லாம் ஒருவித பொறாமை உணர்வு இருந்ததை என்னால் உணர முடிந்ததைப் போலவே போர்க்களத்தில் ஒரு பெண்ணைக் கொன்றுவிட்டேன் என்கிற குற்றவுணர்வில் நான் தகிப்பதாய் எண்ணி என் தோள் தொட்டு ஆறுதல் கூறியவர்களின் குரலில் ஒரு எகத்தாளம் மறைந்திருப்பதையும் உணர்ந்தேன். அன்னையே, ஸ்டைக்ஸ் நதியில்

என் குதிக்கால் பற்றி நீயென்னை அமிழ்த்தி எடுத்த பொழுது, உங்கள் மனதில் என்ன நினைத்திருந்தீர்கள் என எனக்குத் தெரியாது. ஆனால் அன்றைய தினம் எவராலும் வெல்லமுடியாத ஒரு போர்வீரனையே நீங்கள் உருவாக்கினீர்கள். என் குதிக்காலில் அம்பு துளைத்து மரணத்தைத் தழுவும் வரையிலும் நான் எவராலும் வெல்லப்பட முடியாத வீரனாகவேதான் இருந்தேன். பெந்தேஸீலியாவின் மார்பிலிருந்து வழிந்தோடிய குருதியில் நான் மூழ்கியபொழுது என்னுடைய வெற்றிகள் அனைத்தும் அவளது குருதியோடு ஒழுகியோடி விட்டன. அவள் உடலை வெற்றி கொண்டேன் ஆனால் மனதால் அவளிடம் தோற்றுவிட்டேன் அன்னையே.”

உலகமே போற்றும் ஒரு மிகப்பெரிய போர்வீரன் குழந்தையென என் மார்பில் தலை சாய்த்துக் கண்ணீர் உகுக்கிறான். அவனுக்கு என்ன ஆறுதலை நான் கொடுக்க முடியும்...? அவன் கேசத்தைக் கோதிவிட்டேன். அவன் கண்ணிலிருந்து வெளியேறிய சூடான நீர் என் மார்பில் வழிந்தோடியது செந்நிறத்தில். அவனது அழுகையை அடக்கும் பொருட்டும் அவன் மனவலியைத் தேற்றும் பொருட்டும், என் மார்க்காம்பை எடுத்து அவன் வாயில் வைத்தேன். என்னுடலினுள் தேங்கியிருந்த அவன்மீதான கருணையானது உருகி என் மார்க்காம்பின் வழியே வெளியேற, அவனது உருவம் சிறுத்து சிறுத்து என் மடிமீது குழந்தையாக மாறி என் முலையைத் தன் இரு சிறு கைகளால் பற்றிக்கொண்டு, முலைக்காம்பை தன்னுடைய பற்களற்ற ஈறுகளைக் கொண்டும் மிருதுவான உதடுகளைக் கொண்டும் கவ்வி உறிஞ்ச ஆரம்பித்தான்.

★★★

கார்த்திகை மாதத்தின் முன்பனி மாலையான அன்று வழக்கம்போல என் மாலை நடையை முடித்துவிட்டு வீடு திரும்பிக் கொண்டிருந்தேன். வழக்கம்போல என் வீடிருக்கும் தெருவின் அருகிலிருக்கும் சுடுகாட்டு மைதானத்தில் குழுமியிருக்கும் இளைஞர் கூட்டம், நீண்ட கூந்தலோடும் முலை கொண்ட மாரோடும் நடந்து வரும் என்னைத் திருநம்பியென நினைத்து உஸ் உஸ் என்றழைத்துக் கேலி செய்கிறார்கள். குறி விறைக்காத - விறைப்புத் தன்மையை இழந்த குறியைக் கொண்டவன்தான் திருநம்பி. என் உடலின் மையமான என் குறி லிங்கமென நிற்குமென

அவர்களிடம் சென்று சொல்லமுடியுமா? அல்லது தினமும் இரவில் அக்கிலீஸ் என்கிற மாவீரன் என் முலையருந்த வருவான். இந்தப் பால் சுரக்கும் முலையை அவனுக்காகத்தான் பெற்றிருக்கிறேன் என்று தான் சொல்லமுடியுமா...! அதுவுமல்லாமல் இதைப் போல நானுமே எத்தனை திருநங்கைகளைத் திருநம்பிகளை அழைத்திருப்பேன். இவர்களாவது பரவாயில்லை வெறுமே உஸ் உஸ் என்றழைப்பதோடு நிறுத்திக் கொண்டார்கள். ஆனால் நானோ என் முன்னே கையேந்தி நின்ற ஒரு திருநங்கையைப் பார்த்து "என் குறியைச் சப்ப வருகிறாயா" என்றல்லவா கேட்டிருக்கிறேன்.

வழக்கத்திற்கு மாறாக அன்றைய தினம் சட்டென இருட்டியது. வானில் வெற்றிலை போட்டு மஞ்சள் கறையேறிய பற்களின் நிறத்தில் முழு நிலா மிகப் பிரம்மாண்டமாய் விரிந்திருந்தது. நிலவின் வெளிச்சம் சரிவர நிலத்தை அடையவில்லை. திடீரென்று இறந்த வீடுகளில் மட்டுமே சுவாசிக்கக் கிடைக்கும், பூவின் மணமும் ஊதுபத்தியின் புகையும் கலந்த நறுமண நாற்றம் என் நாசியில். சுற்றிலும் பார்த்தேன். எங்குமே இறந்தவீடு இருப்பதற்கான தடயம் தெரியவில்லை. முன்னோக்கி இரண்டு அடிகள் எடுத்து வைத்திருப்பேன். என் பின்னே யாரோ ஒருவர் என்னைத் தொடர்வது போன்றதொரு பிரமை. அக்கிலீஸாக இருக்குமென நினைத்துக் கொண்டேன். ஆனால் அக்கிலீஸ் வரும் நேரமல்லவே இது. திரும்பிப் பார்ப்பதற்கு ஏனோ ஒரு தடை என்னுள்.

நடு மைதானத்தில் மண் அப்பியிருந்த ஒரு துண்டுத் துணியை வைத்து விளையாடிக் கொண்டிருந்த நாயொன்று, நடந்து வரும் என்னைப் பார்த்துத் தன் விளையாட்டை நிறுத்தியது. நான் அதை நெருங்கியதும் அதன் வாயிலிருந்த துணியைக் கீழே விட்டது. அதன் உதடுகள் ஒதுங்கிக் கொள்ள, அந்த நாய் தன் கோரைப்பற்களைக் காட்டி உறுமியது. அதன் கண்களைப் பார்த்தேன். அதன் பார்வை என்னை நோக்கியல்லாமல் எனக்கும் பின்னே இருந்தது. என்னை யாரோ ஒருவர் தொடர்கிறார் என்பது தெரிந்துபோனது.

அத்தனை நேரமுமிருந்த இறந்த வீட்டின் மணம் மாறி நொடியில் அழுகிய சதையின் நெடி வீசியது. அடிவயிற்றைப் புரட்டியது. அந்த நாய் இப்பொழுது உறுமலோடு குரைக்க ஆரம்பித்திருந்தது. அந்த இடத்தை விட்டு எத்தனை வேகமாய் நகர முடியுமோ அத்தனை வேகமாய் நகர்ந்துவிடுவதென நடக்கத் துவங்கினேன். அந்த இடத்தைக் கடந்த பின்னும் என் உள்ளுணர்வு உன் பின்னே

ஒருவர் வந்துகொண்டிருக்கிறார் என்று உணர்த்தியபடியே இருந்தது.

வீடு வந்து சேர்ந்த பின்னே நான் சற்று ஆசுவாசமானேன். ஆனால் அதுவும் ஒருசில நொடி நேரங்களுக்குத்தான். மீண்டும் சற்றுமுன் நான் உணர்ந்த அந்த அழுகிய சதையின் வீச்சம். அடுத்த சில நிமிடங்களில் எங்கிருந்தோ சாம்பல் நிறப் புகை கிளம்பி வந்து என் வீட்டை நிறைத்தது. புகையில் நாற்றமில்லை; ஆனால் மூச்சடைத்தது எனக்கு.

மஞ்சள் நிற முழு நிலவு என் வீட்டு வாசலின் நேரே வந்து நிற்கவும், என்னைச் சூழ்ந்திருந்த புகைமூட்டமானது கொஞ்சம் கொஞ்சமாகக் குறைந்து தன்னை ஒரு உருவமாகச் சுருக்கிக் கொண்டது.

"யார் நீ" எனக் கேட்டேன்.

"*androktones*" என்றது.

"புரியவில்லை."

"ஆண்களைக் கொல்பவள்."

என் முன் நின்ற அந்தப் புகைப் படிமத்தைப் பார்க்கையில் அது ஆண் என்பதற்கான சாத்தியக் கூறுகளே இருந்தன. ஆனால் அதுவோ என்னிடம் 'ள்' விகுதியில் தன்னை ஒரு பெண்ணாகக் காட்டிக் கொள்கிறது.

"இருந்துகொள். எதற்காக இங்கே வந்தாய். நான் ஆணுமல்ல பெண்ணுமல்ல. நானொரு அர்த்தநாரி" என்றேன் அதிகாரமாக.

"தெரியும் நீ இப்படி அர்த்தநாரியாக மாறுவதற்குக் காரணமாயிருந்ததே நான்தான்" என்றது அந்தப் புகைபடிமம்.

"அப்படியென்றால் நீங்கள் தான் அக்கிலீஸின் அன்னையான தேத்தீஸா" என அதிர்ச்சியோடு கேட்டேன். இல்லையென்பதாய் அந்தப் புகைப் படிமம் தலையை இடவலமாக ஆட்டியது.

புகைப்படிமமாக இருந்தபோதும் அதன் தலை அசைவில் ஒரு எகத்தாளம் இருப்பதாகத் தோன்ற, என்னுடைய அதிர்ச்சி கொஞ்சம் கொஞ்சமாய் பயமாக உருமாறியது.

“அக்கிலீஸின் அன்னையும் இல்லையெனில், நீ... நீ... அமேசான் போர்க்குழுவின் அரசியான ப்... பெப்... பே... பெந்தேஸீலியாவா...” என்று தயக்கத்தோடு நான் கேட்டதுதான் தாமதம், அந்தப் புகைப் படிமமானது என்னைச் சுற்றி வேகமாய்ச் சுழல ஆரம்பித்தது. அதன் சுழற்சியின் வேகம் என் பார்வையை மழுங்கடித்ததோடு அல்லாமல் என் மூளையின் செயற்திறனையும் குறைத்தது.

என்னைச் சுற்றிய புகைப்படிமம் ஓய்ந்து என் முன் வந்து தன்னை ஒருங்கிணைத்துக் கொண்டபொழுது அதுவொரு அழகிய பெண்ணாய்த் தெரிந்தது. ‘அக்கிலீஸ் இவள் மரணத்துக்காக வருந்தியதில் எந்தவொரு தவறும் இல்லை’ மனதிற்குள் நினைத்துக் கொண்டேன்.

என்னுடைய பார்வை அவள் முகத்திலிருந்து நழுவி, அவள் மாருக்கு வந்தது. அது ஆண்களுக்கு இருப்பதைப் போன்று தட்டையாக இருக்க, திகைத்தேன்.

“என்ன பார்க்கிறாய், அரசி என்கிறாள். பெண்ணெனத் தெரிகிறாள்; ஆனால் முலை இல்லையே என்றா...?” ஏளனமும் அதிகாரமும் கலந்திருந்த அவளது குரல் என்னைக் கலங்கடித்தது. உண்மையைச் சொல்வதா அல்லது வேறு ஏதேனும் ஒரு பொய்யைச் சொல்லிச் சமாளிப்பதா...! என்னுள் ஒரு தர்க்கம்.

“என்ன பொய் சொல்வதென்று யோசிக்கிறாயா...?” என் மனதில் ஓடியதைப் படித்தது போன்று அது என்னிடம் மீண்டும் கேள்வி கேட்க, ஆமாமென்பதாய் தலையாட்டினேன். பின் தயக்கத்தோடு, “நா... நான் எந்தவிதமான தவறான எண்ணத்தோடும் பார்க்கவில்லை” என்றேன்.

“நீ தவறான எண்ணத்தோடு பார்த்திருந்தாலும் உன்னால் என்னை ஒன்றும் செய்ய முடிந்திருக்காது” வழக்கமான எள்ளல் பதில் அதனிடமிருந்து. அப்பொழுதுதான் எனக்குமே அது உறுத்தியது. அவளின் முன்னே அசடு வழிய நின்றேன்.

“பெந்தேஸீலியாவைப் பற்றி அக்கிலீஸ் கூறினான். ஆனால் பெந்தேஸீலியா யாரென்பதை அவள்தானே கூறவேண்டும்” அதிகாரமாய் அவளிடமிருந்து வார்த்தைகள் வெளியேறின.

அக்கிலீஸ் கூட என்னை இத்தனை கலக்கமுற செய்யவில்லை. ஆனால் இவள்தான்.

“முதலில் எனக்கு முலை இல்லாமல் இருந்ததுதானே உன் கண்களை உறுத்தியது. அதனால் அதைப் பற்றிச் சொல்லிவிட்டு, நான் யார் என்பதை உனக்குச் சொல்கிறேன்” என்று அவளைப் பற்றி நிதானமாகப் பேச ஆரம்பித்தாள்.

“அக்கிலீஸ் கூறிய கதையிலிருந்து போர் செய்தல்தான் எங்கள் தொழில் என்பதை நீ அறிந்திருப்பாய். நாங்கள் எங்களுடைய போர்க்கருவிகளை கையாளுகையில், ஆண் பெண் பேதத்தைக் கண்டவுடன் கண்டறிய உதவும் இந்த மார்புச் சதையானது எங்களுக்கு மிகவும் உபத்திரவமானது. என்ன புரியவில்லையா…?”

முலை என்கிற ஒரு சதைக் கோளத்தை வியாபாரப் பண்டமாக மாற்றியமைத்திருக்கும் பெண்களைக் கண்டு பழகிய கண்களுக்கும், காமத்திற்கான திறவுகோலாய் சிந்தித்துப் பழகிய மனதிற்கும், பால் சுரக்கும் மடியாக வாழ்க்கையை வாழ்ந்துகொண்டிருக்கும் எனக்கு அந்த முலை உபத்திரவமானது என்று அவள் சொன்னதும் எனக்குச் சற்று அதிர்ச்சியாக இருந்தது. அதனால் அவள் புரியவில்லையா எனக் கேட்டதும் ஆமாமென்பதாய்த் தலையாட்டினேன்.

“நல்லது, உனக்குப் புரியும்படிக்குச் சொல்கிறேன். வில்லில் நாணேற்றி அம்பு எய்கையில், வில்லின் நாணிலிருந்து உண்டாகும் அதிர்வு எங்கள் முலையினைத் தாக்கி எங்களை நிலைகுலைய வைக்கும். ஈட்டியெறிகையில் எங்கள் கையின் முழுவேகத்தை வெளிப்படுத்த விடாது இந்தச் சதைக் கோளம் தடுப்புச்சுவராய் நிற்கும். போரை மட்டுமே கருத்தில் கொண்டு இயங்கும் எங்களுக்கு அதுவோர் தேவையற்ற சுமை. ஆரம்பத்தில் அந்தச் சதைக் கோளத்தை இறுக்கமான தோல் கவசங்கொண்டு அழுந்த கட்டி வைத்துப் பார்த்தோம். போர்க்களத்தில் சமர் செய்கையில் எதிரியின் ஆயுதம் எங்கள் மார் துளைத்து நாங்கள் எங்கள் இறுதிமூச்சை விடும் முன்னேயே, எங்கள் ஹிருதயத்தோடு நாங்கள் மூச்சுக்காற்றுக்கான போரில் உயிர் துறந்துவிட துவங்கிவிட்டோம். ஆண் - பெண் பாலின வித்தியாசத்தைப் பார்வைக்கு முதலில் கடத்துவது இந்த முலைகள் தான். மனிதன் என்றில்லை மிருகங்களிலும் கூட இந்த ஆண் பெண் பால்பேதம் பார்க்க இந்த முலைகள்தானே பயன்படுகின்றன. உன்னையொன்று கேட்கிறேன். விறைக்காத குறியைக் கொண்டவன்தானே நபும்சகன். அப்படியிருக்கையில் உன்னைச் சுற்றியிருக்கிறவர்கள் உன்னை நபும்சகனாகப் பார்க்க

ஓவியம் போன்ற எழுத்துகளால் வரையப்பட்ட கோட்டோவியம்

வைத்தது எது...? இதோ நீ சுமந்தலையும் இந்த முலைகளால் தானே. ஆணாகிய உன்னிடமிருந்தால் அது உன்னை நபும்சகனாக அடையாளம் காட்டும். பெண்ணாகிய எங்களிடமிருந்தால் நாங்கள் பெண்கள் என்பதைப் பறைசாற்றும். உனக்கொன்று தெரியுமா, சிறுமுலை கொண்ட பெண்களைப் பெண்களே பெண்களாக மதிப்பதில்லை. அதுவே சற்றுப் பெரியதாகப் போய்விட்டதென்றால் ஆண்களின் கண்களுக்கு மட்டுமல்ல பெண்களின் கண்களுக்கும் அது உறுத்தலாக மாறிவிடும். பருத்த முலையோ அல்லது சிறுத்த முலையோ எதுவாக இருந்தாலும், அதைச் சுமந்தலையும் பெண்களுக்கு என்றுமே அது சுமையாகவே இருக்கிறது. மிகச் சாதாரண வாழ்க்கையை வாழும் பெண்களுக்கே இந்நிலையென்றால், போர்க்களம் புகுந்து போரிட்டு ஆண்களை அடிமைகளாகக் கவர்ந்து வரும் எங்களுக்கு அது எத்தனை தொல்லையாய் இருக்குமென உன்னால் கணிக்க முடிகிறதா...?"

அவள் அப்படிக் கேட்டு நிறுத்திய ஒரு நொடியில், எனக்கு முலை முலைத்திருந்த இந்தக் காலத்தில் என் முலைகளை ஏக்கத்தோடும், வெறுப்போடும், அங்கலாய்ப்போடும் பார்த்த ஒவ்வொரு பெண்ணின் முகமும் நினைவுக்கு வந்து சென்றது.

என் மனவோட்டத்தைப் படித்தவளாக, "என்ன உன்னுடைய முலைகளைப் பார்த்துச் சென்ற பெண்களைப் பற்றி யோசிக்கிறாயா" எனக் கேட்டாள். நானும் தன்னிச்சையாகவே ஆமாமென்பதாய்த் தலையாட்டினேன். "வேண்டாதவோர் உறுப்பை, களம் முன்னேறிச் செல்லத் தடையாய் நின்று தொல்லை கொடுக்கும் ஒரு உறுப்பைச் சுமந்தலைந்து அல்லல்படுவதைக் காட்டிலும், அந்த அவசியமற்ற உறுப்பை அறுத்து எறிந்திடுவதே சாலச் சிறந்தது என்கிற முடிவுக்கு நாங்கள் வந்துவிட்டோம். அதனால் நன்கு பழுக்கக் காய்ச்சிய வெண்கலக் கத்தியைக் கொண்டு எங்களுக்குத் தடையாயிருக்கும் ஒற்றை மாரை நாங்களே அறுத்துக் கொள்ளத் துவங்கினோம். அது ஏன் ஒற்றை மாரென நீ நினைக்கலாம். எங்கள் வம்சத்திற்கு எங்கள் வீரத்தைப் பாலோடு புகட்ட எங்களுக்கு ஒரு மார் தேவையானதாக இருந்தது. வலதுகர வீரர்கள் தங்கள் வலமாரையும் இடக்கை வீரர்கள் தங்கள் இடமாரையும் சுத்தமாக வழித்து எடுத்துவிடுவோம்.

நாங்கள் முகமூடியோடு பிணைந்த தலைக்கவசமணிந்து போர்க்களம் புகுகையில் எங்களை எந்தவொரு போர்வீரனும் பெண்ணாகப் பார்க்கமாட்டான். ஆணோடு மட்டுமே சமர் செய்வோம் என்கிற அவனுடைய ஆண்மையச் சிந்தனையைச் சிதைத்து அவனை வெற்றி கொண்டபின் அவனிடம் எங்கள் முகம் காண்பித்து அவனை அடிமையாக இழுத்து வருவோம். எங்களுக்குப் பிடித்த ஆணோடு அல்லது ஆண்களோடு நாங்கள் கர்ப்பம் தரிக்கும் வரையிலும் கலவிக் கொள்வோம். திடகார்த்திரமானவனை சிறையில் தள்ளி விடுவோம். எங்களைப் புணர்ந்து சலித்துப் போனவர்களைச் சிரச்சேதம் செய்து எங்கள் நாட்டின் எல்லையில் அவன் தலையை, அறுத்தெடுக்கப்பட்ட அவனது ஆணுறுப்பை அவன் வாயால் கவ்வியிருக்கும் அவன் தலையை ஈட்டிமுனையில் சொறுகி வைத்துவிடுவோம். மற்றொருவனுடையக் குறியைப் பார்த்து அந்தக் குறியோடு தன் குறியையும் இணைத்துச் சிந்திக்கும் ஆண்வர்க்கம் எங்களோடு போரிட பயந்து ஒதுங்கும். பெண்களோடு சண்டையிடுவதா என்று வெளியே பேசினாலும், அவர்களின் உள்ளுக்குள்ளே பெண்களோடு சமரிட்டு தோற்றுப் போய்விட்டால் என்கிற பயமும், எங்கே தானும் இந்த உடலற்ற வீரர்களைப் போல உறுப்பறுபட்டு ஊர் எல்லையில் காக்கைகளும் கழுகுகளும் கொத்தித் தின்க காட்சிப்பொருளாய் மாறிவிடுவோமோ என்கிற பதற்றமுமே அவர்கள் ஒதுங்கிச் செல்லக் காரணமாயிருக்கும்."

எங்கள் குழுவில் நான் மட்டுமே கன்னிகழியா பெண் என்றவள் சொன்னபொழுது நான் அவளைத் திகைத்துப் போய்ப் பார்த்தேன். "என்ன பார்க்கிறாய்...? உண்மைதான். கட்டுப்பாடற்ற கலவி எங்கள் குழுவுக்குள் இருந்தாலும் நான் எங்கள் குழுவின் அரசி. போர்க்கடவுள் ஏரஸின் செல்வப்புதல்வி. என் காலத்திற்குப் பிறகாக எங்கள் குழுவை ஆள கொடிவழி குழவியை ஈன்றெடுக்க வேண்டியவள். என்னைப் புணர்ந்து என் கொடிவழி சமூகத்தை உருவாக்க வேண்டுமென்றால் அது ஒருவனால் மட்டுமே முடியும். அவன் தான் அக்கிலீஸ்.

அக்கிலீஸை அடிமைப் படுத்த வேண்டும். அவன் வழியாக எனக்கொரு பிள்ளைப்பேறு நிகழ வேண்டும். அக்கிலீஸை அடிமைப் படுத்துவதென்றால் நான் அவனினும் மிகச் சிறந்த போர்க்கலை வல்லுனராக மாற வேண்டும். இரவுப் பகல்

பாராது பயிற்சி எடுத்தேன். அப்பயிற்சியின் பொழுது என் தமக்கைதான் எனக்கு உற்ற துணையாக இருந்தாள். அவளோடு பயிற்சியெடுக்கையில், அவளை அக்கிலீஸாக நினைத்துக் கொள்வேன். எங்கள் இருவருக்குமிடையில் நிகழும் பயிற்சியானது பயிற்சி என்கிற கட்டத்தையும் தாண்டி யுத்தமாக மாறிவிட்டிருந்தது. அவள் என் கண்களுக்கு அக்கிலீஸாகவே தெரிய ஆரம்பித்தாள். ஒருநாள் பயிற்சியின்போது நான் எறிந்த ஈட்டி அவள் மார்பைத் துளைத்து...” மேற்கொண்டு பேசுவதை நிறுத்திவிட்டு அமைதியாக அமர்ந்திருந்தாள். பின் அவளே துவங்கினாள், “அக்கிலீஸ் ட்ரோஜன் கோட்டையை முற்றுகையிட்டு இருக்கிறான் என்கிற தகவல் எங்களுக்குக் கிடைத்தது. அந்நேரத்தில் எனக்கு அவன் வழியாகப் பிள்ளைப் பேறு என்பதை விடவும், அவனால் மரித்துப் போன என் தமக்கைக்கு வேண்டி அவனைப் பழிவாங்கும் எண்ணமே மிகுந்திருந்தது. இவை அத்தனையும் போர்க்களத்தில் அவனைப் பார்க்கும் வரையில் மட்டுமே. ஒரு போர்வீரனுக்கான சர்வ லட்சணமும் பொருந்தியவனாய் அவன் என் கண்களுக்குத் தெரிந்தான். அவனைக் கொல்லும் எண்ணம் ஒரு கணத்தில், ‘இந்தப் போர்க்களத்தில் எனக்கு மரணமென ஒன்று நிகழ்ந்தால் அது இவன் கையால் தான் நிகழ வேண்டும்’ என உருமாறியது. அவனுடைய வாள் சுழற்சி என்னால் கணிக்க முடியாததாக இருந்தது. என்னையுமறியாமல் அவனது போர் திறனை நான் ரசிக்கத் துவங்கிவிட்டேன். அவனது போர்த் திறனை ரசிக்க விடாமல் இடையூறு செய்த வீரர்களை எத்தனை துரிதமாய் வெட்டி வீழ்த்தமுடியுமோ அத்தனை வேகமாய் அவர்களை வெட்டி வீழ்த்தினேன். ஆயிற்று அவனும் நானும் நேருக்கு நேராக நிற்கிறோம். இப்பொழுது என் எதிரிலிருப்பவனை என் தமக்கையின் மரணத்திற்காக நான் பழிவாங்கவேண்டுமா? அல்லது இவன் கையால் நிகழும் மரணத்திற்காகச் சண்டையிட வேண்டுமா அல்லது இவனைத் தோற்கடித்து என் அடிமையாக்கி இவன் வழியாக எனக்கொரு பிள்ளையைப் பெற்றுக் கொள்ளவேண்டுமா அல்லது இவனது போர்த்திறனுக்கு ரசிகையாகி இவன் கையில் என்னை ஒப்படைக்கவேண்டுமா...?

என்னிடம் அவனோ அல்லது அவனிடம் நானோ அடிமையாவது என்பது எங்களால் முடியாதது. எங்கள் இருவருக்குமே விதிக்கப்பட்டிருக்கும் ஒரே விதி. போரிட்டு வெற்றிப்பெறு அல்லது

போரிட்டு வீரமரணத்தைத் தழுவு. அதனால் நான் அவனிடம் ஐக்கியமாவதோ அல்லது அவன் என்னிடம் ஐக்கியமாவதோ இயலாத காரியம். இப்பொழுது என் முன்னாலிருப்பது இரண்டு சாத்தியக்கூறுகள் மட்டுமே. ஒன்று அவனை நான் கொல்ல வேண்டும் அல்லது அவனால் நான் கொல்லப்பட வேண்டும். என் உடலிலிருந்த சக்தி அனைத்தையும் ஒன்றுத் திரட்டி அவனோட சமர் செய்ய ஆரம்பித்தேன். என்னுடைய மகைரா அவனது புஜத்தில் காயத்தை உண்டாக்கியது. அப்பொழுது தான் அவன் என்னிடம், “என்னைக் கொல்ல வேண்டுமென நீ விரும்பினால், என் குதிக்காலில் உன் மகைராவை இறக்கு” என்றான். ஒருகணம் அவன் கண்களைப் பார்த்தேன். அதிலிருந்த வெறுமை என்னை உள்ளிழுத்தது. அந்தக் கணம் என் கைகளில் ஒரு சிறுநடுக்கம் உருவானது. இருப்பினும் என்னைச் சுதாரித்துக் கொண்டேன். போர்க்களத்தில் நேருக்கு நேர் சமர் செய்யும் ஒரு உத்தமமான வீரனை, போர்விதிகளுக்கு எதிராகப் பாதத்தில் குத்திக்கொல்வது என்பது எனக்கு மட்டுமல்ல, அந்த வீரனின் வீரத்திற்குமே இழுக்கு. என்னிடமிருந்த இரண்டு சாத்தியங்களில் ஒன்று மறைந்துப் போனது. ஆமாம் என்னால் அவனைக் கொல்ல முடியாது. இந்தப் போர்க்களத்தில் அவனுடையக் கையால் தான் என்னுடைய முடிவு என்பது உறுதியாகிவிட்டது.

மரணம் உறுதியென்றானபின் மனம் தளர்வது இயற்கைதானே. ஆனால் அந்த மரணத்தை எதிர்கொண்டு எத்தனை நேரம் தள்ளிப்போடப் போகிறோம் என்பதில் தானே முழுமையான வீரமிருக்கிறது. எவருமே வெல்ல முடியா வீரனோடு அதிக நேரம் சமர் செய்த வீரன் நானாக இருக்க வேண்டுமென முடிவு செய்து என் உடலிலிருந்த மொத்த வலுவையும் என் கைகளுக்குக் கொண்டு வந்தேன். இறுதியில் அவனுடைய மகைரா என் இடமாரைத் துளைக்க, கீழே விழுந்தேன். உலகமே போற்றும் இந்த மாபெரும் வீரன் போர்க்களத்தில் எத்தனை வீரர்களைக் கொன்றிருப்பான்...! அந்த அத்தனை வீரர்களிலும் எவருக்குமே கிடைக்காத பாக்கியம் எனக்குக் கிடைத்தது. ஆமாம் அவன் மடியில் உயிர் துறந்ததைத் தான் சொல்கிறேன். எத்தனை வீரர்களுக்கு இந்த வாய்ப்பு கிடைத்திருக்கும்...?

அவனுடைய தலைக்கவசத்தை எடுத்துவிட்டு, என்னுடைய தலைக்கவசத்தையும் அகற்றிவிட்டு என் முகம் பார்த்தான்.

அவனுடைய கண்கள் கலங்கியிருந்ததை என் கலங்கியிருந்த கண்களின் வழியே கலங்களாகப் பார்த்தேன். என் மரணத்துக்காக மாவீரன் அக்கிலீஸ் கண்ணீர் உகுக்கிறான். உதடுபிரியாமல் அவனைப் பார்த்துப் புன்னகைத்தேன். அந்தப் புன்னகைக்கும் முகத்தோடு என் இறுதி மூச்சையும் விடுத்தேன். என் மனம் ஆசுவாசமடைந்தது.

அதே போரில் ட்ரோஜன் தேசத்தின் வீரனொருவன் எய்த அம்பு அக்கிலீஸின் குதிக்காலில் துளைக்க அக்கிலீஸூம் மரணத்தைத் தழுவினான். உயிரோடிருக்கையில் என்றுமே ஒன்று சேர முடியாத நாங்கள் இருவரும் மரணத்தின் தினத்தில் ஒன்றாய் இணைந்தோம்.

“மரணத்தில் ஒன்றாய் இணைந்துவிட்ட நீங்கள் இருவரும் ஏன் என்னைப் பார்க்க இணையாக வராமல் தனித்தனியாக வந்தீர்கள். நீங்கள் இருவரும் என்னோடு பகிர்ந்த உங்களுடைய கதையைக் கேட்கையில் மரணத்திற்குப் பிறகாகவும் நீங்கள் இருவரும் இருவேறு துருவத்தில் இருப்பதைப் போலல்லவா இருக்கிறது” என் மனதில் எழுந்த சந்தேகத்தைத் தைரியமாக அவளிடம் கேட்டேன்.

“ஆமாம் உன்னுடைய யூகம் சரியானதுதான். மரணம்தான் எங்கள் இருவருக்கும் ஒரே இடத்தில் ஒரே நாளில் நிகழ்ந்து எங்களைப் பிணைத்ததேயன்றி மரணத்திற்குப் பிறகாகவும் நாங்கள் இருவரும் வெவ்வேறு நிலங்களில்தான் இருக்கிறோம். அக்கிலீஸை அழிக்க முடியாத என் குழு அவனது புகழை அழிக்கப் போராடியபடியே தான் இருக்கிறது. நம்புவதற்குக் கடினமாக இருக்கிறதா...?”

ஆமாமெனத் தலையாட்டினேன்

“அவன் உடல் எரித்த சாம்பலைக் கரைத்த தனோபி நதியைக் களங்கப்படுத்த என் குழுவினர் ஒன்றுதிரண்டு வந்தனர். போர்க்களத்திலேயே உண்டு உறங்கிப் புணர்ந்து எந்நேரத்தில் எத்திசையிலிருந்து எந்த எதிரி வருவான் என்று தெரியாமல், என்றுமே அமைதியற்று உறக்கம் தொலைத்து வாழ்ந்தவன், அவன் இறந்தபின்னேனும் அமைதியாக இருக்கட்டுமென அவர்கள் நினைக்கவில்லை. அவர்களைப் பொறுத்தவரையில் அவர்களுடைய அரசியைக் கொன்றவனைப் பழிதீர்த்திட வேண்டும். அவ்வளவே. ஆனால் நானோ அவனோடு நேருக்கு நேர் நின்று போர் புரிந்தவள். அவன் வீரத்தையும் நேர்மையையும்

துணிவையும் திறமையையும் அறிந்தவள். என்னால் அவனுடைய பெயருக்கு எந்தவொரு களங்கமும் உண்டாகிவிடக் கூடாது. அவன் நிம்மதியாய் உறங்கும் ஆற்றின் கரையில், அவன் நிம்மதி கெடாதிருக்க வேண்டி உறக்கமின்றி நான் காவல் காக்கிறேன். என் குழு ஒவ்வொரு முறை அந்த ஆற்றங்கரைக்கு வருகையிலும் அவர்களை நான் விரட்டியடிக்கிறேன்.

“அவன் இதை அறிவானா” தயக்கத்தோடு கேட்டேன்.

இல்லை என்பதாய் தலையாட்டினாள். பின் அவளே, “அவன் இதை அறிந்திருந்தால், அவனுக்கு என்னோடு இருக்கும் காதலை நான் அறிந்திருக்க மாட்டேன். தனக்குத் தானே தான் காவல் என்று நினைப்பவன் அவன். அவனுக்கு நான் காவலாக நிற்கிறேன் என அறிந்தால் அந்தக் கணமே அவனது ஆன்மா மீண்டும் அமைதி தொலைத்து அலைக்கழியத் துவங்கிவிடும்.”

ஆறுதல் என்பது வெறும் வார்த்தைகளின் குவியல். அந்தக் குவியலைக் கொட்டி அவளின் உணர்வுகளை மூழ்கடிக்க விரும்பாமல் நான் அமைதியாக அமர்ந்திருந்தேன்.

சற்று நேரத்தில், அவளே தொடர்ந்தாள், “உன்னிடம் அவன் வந்து பேசியபொழுதுதான் அவனை நான் முழுமையாக அறிந்துகொண்டேன். அக்கிலீஸைப் புணர வைத்து அவனைப் போன்றவொரு பிள்ளையைப் பெற்றெடுக்க வேண்டுமென்பது தான் என்னுடைய எண்ணமாக இருந்தது. ஆனால் உன்னால், உன்னுடைய உதவியால் அக்கிலீஸே எனக்குப் பிள்ளையாகக் கிடைத்துவிட்டான்.” நான் அதிர்ச்சியோடு அவளைப் பார்த்தேன். அவள் புன்னகைத்தபடியே, “ஆமாம் உன் முதுகின் பின்னே மறைந்திருந்தது அக்கிலீஸின் அன்னை அல்ல. நான்தான். உன்னிடமிருந்த ஒற்றை முலைக்கு இணையாக இன்னொரு முலை வந்ததே அது என்னுடைய முலைதான். இனி இந்த முலைகள் உனக்கு அவசியமில்லை என்பதால் அதை எடுத்துச் செல்லவே நான் இப்பொழுது வந்தேன்.”

அவள் என் முலைமாரைத் தொட, அது ஆலங்கட்டியாய் உருகி வழிந்து அவளது கைகளின் வழி பயணித்து அவளது மார்பில் போய் அமர்ந்துகொண்டது. “சரி நான் செல்கிறேன். இனி நீ முன்னைப் போல ஒரு ஆண்மகனாய் வலம் வரலாம்” என

ஓவியம் போன்ற எழுத்துகளால் வரையப்பட்ட கோட்டோவியம்

அவள் சொல்லிச் செல்லவும், 'நல்லவேளையாக அக்கிலீஸ் குழந்தையாக உருமாறி என் முலையில் வாயை வைத்தான். அப்படி இல்லாமல் அவன் மட்டும் ஆண்மகனாகவே வந்திருந்தால்...' நான் மனதினுள் நினைத்துக் கொண்டேன். எனக்கு முதுகு காட்டிச் சென்றவள், ஒரு கணம் நின்றாள். பின் என்னை நோக்கித் திரும்பிக் களங்கமற்ற புன்னகையோடு "என்னுடைய பெண்ணுறுப்பை உனக்கு அளித்திருப்பேன்" என்றாள்.

என் மடிக்கணினியில் தட்டச்சு செய்து முடித்துவிட்டேன். ஆமாம் உங்களை நான் எங்கே விட்டுவிட்டுச் சென்றேன். சுரா எழுதிய அந்தக் கதையின் தலைப்பில்தானே. இப்பொழுது அது எனக்கு நினைவுக்கு வந்துவிட்டது. அந்தக் கதையின் பெயர் விகாசம். அந்தக் கதையில்தான் அவர் சொல்வார், "கால்குலேட்டரால் நாம் கொடுக்கும் பின்னங்களை வைத்துக் கணக்கு மட்டுமே போட முடியும். அவற்றிற்கு வேறெதுவும் சுயமாய் யோசிக்க வராது என்று."

வெண்குழலில் மீந்த சாம்பல்

காலையில் வீட்டிலிருந்து கிளம்பியது துவங்கி நன்பகல் கடந்து மாலை ஐந்து மணி வரையிலும் வெயிலோடு பயணித்துவிட்டு, நான்கு மணிக்கு ரன்னியைக் கடந்து கொன்னியை நெருங்கியதும் நிகழ்ந்த சீதோஷண மாற்றம் என் உடலை வெகுவாக அயர்ச்சியடைய வைத்திருந்தது. பருந்தும்பாறயை நெருங்கியதும், முன்னமே ரூஃப்பஸிடம் பேசியிருந்தபடிக்கு அவனை அழைத்து, ஹோம் ஸ்டே எங்கே இருக்கிறது என்கிற விவரத்தைக் கேட்டேன். அவனும் அங்கிருந்து கல்லார் காவல வழி பீர்மேடு எனும் இடத்திற்குச் சென்று, அங்கிருந்து அழைக்கச் சொன்னான். அவன் வாய் குழறலிலிருந்தே, அவன் அரை போதையிலிருக்கிறான் என்பது தெரிந்துவிட்டது. அதனால் அவனிடம், “நான் பீர்மேடு போய்ச் செட்டிலாகுறது வரைக்கும் மட்டையாகாம இருந்துக்கோ” என்று கூறினேன். அவனும், “என்ன போதையா இருந்தாலும் உன் ஃபோன்கால்ஸை நான் எடுக்காம இருந்திருக்கேனா மச்சான்” என்றான். அவன் கூறியது உண்மைதான். என்ன போதையாக இருந்தாலும் என் விஷயத்தில் எந்தச் சொதப்பலும் அவன் இதுவரையிலும் நிகழ்த்தியதில்லை என்பதால், அவன்மீது நம்பிக்கையை வைத்து, அங்கிருந்து கிளம்பி பீர்மேடு நோக்கி பைக்கை விரட்டினேன்.

கேரளத்தைப் பொறுத்தவரையிலும் திருவனந்தபுரம் கொல்லம் போன்ற நகர்ப் புறங்களிலேயே இரவு எட்டு மணி எப்பொழுது வருமெனக் காத்திருப்பார்கள். சுவர்க்கடிகாரத்தில் சின்ன முள் எட்டைத் தொடுவதுதான் தாமதம், கடைகளில் அன்றைய தினத்தின் கணக்கு வழக்குகளைப் பார்த்துக் கணக்கு முடிக்க ஆரம்பித்துவிடுவார்கள். இரவு ஒன்பது மணி ஆகும்பொழுது, கடைகள் சார்த்தப்பட்டு, மொத்த ஊருமே ஊரடங்கு சட்டம் அமலில் இருப்பதைப் போன்று வெறிச்சோடிவிடும். கேரளத்தின் நகர்ப்புறங்களே இப்படி இருக்கையில், பருந்தும்பாறை, கல்லார்காவல மாதிரியான மலையோர கிராமங்களில் ஏழு மணிக்கே ஊரடங்காமல் இருந்தால் மட்டுமே நான் ஆச்சரியப்பட வேண்டும். சாலையில் என்னுடைய புல்லட்டின் துப் துப் டுப் டுப் சத்தமும் காட்டின் நிஜ ஒலியான இரவு நேர வண்டுகளும் சுவர்க்கோழிகளும் எழுப்பும் க்றுக் க்றுக் ச்றிச் ச்றிச் ஒலியோடுகூடிய நிசப்தமும் சாலையெங்கும் நிறைந்திருக்க, நான் செல்லும் வழி சரிதானா என்பதைக் கேட்டுத் தெரிந்து கொள்ளக்கூட ஆட்கள் எவருமில்லாதது நிஜத்தில் மிகவும் எரிச்சலாகவே இருந்தது. கூகுள் மேப்பைப் பயன்படுத்தலாமெனில், நகரத்துச் சாலைகளிலேயே பலமுறை அது என்னைச் சுற்றவிட்டிருக்கிறது. சொன்னால் நம்ப மாட்டீர்கள், ஒருமுறை தூத்துக்குடி அருகிலிருக்கும் ஏரல் என்கிற ஊரிலிருந்து நாகர்கோவில் வர வழி தெரியாது, கூகிள் மேப்பைத் துணைக்கு அழைத்தேன். அதுவும் இடதுபுறம் திரும்பு, வலது புறம் திரும்பு, நேராகச் செல் என்று வழிநடத்தி வழிநடத்தி, இறுதியில் ஆளரவமற்ற ஒரு பொட்டல்வெளியில் கொண்டு போய் நிறுத்தியது. வெறும் பொட்டல்வெளியாக இருந்திருந்தாலும் கூட மனம் சமாதானப்பட்டிருக்கும். ஆனால் இந்தக் கூகுள் மேப் என்னைக் கொண்டு போய் நிறுத்திய இடமோ இரண்டே இரண்டு கல்லறைகள் இருந்த ஒரு பொட்டல்வெளியில். கல்லறை என்றதும், கிருத்தவக் கல்லறைத் தோட்டங்களில் இருக்கும் சிமிண்ட் வைத்துக் கட்டிய பிரம்மாண்டமான சதுக்கமென நினைத்து விடாதீர்கள். அங்கு நான் பார்த்தது ஒரு மண்மேடு. அந்த மண்மேட்டின் மேல் சிலுவையைக் குறிக்கும்படி குறுக்குவெட்டாகக் கட்டப்பட்ட இரண்டு குச்சிகளை நட்டு வைத்திருந்தார்கள். இது எந்த ஊர், இங்கிருந்து எப்படி நான் வெளியேறுவது என்று விசாரிக்க வேண்டுமென்றால், கல்லறையில் நிம்மதியாய் உறங்கிக்கொண்டிருக்கும் அந்தச் சவங்களை எழுப்பித்

தான் கேட்க வேண்டும். அந்தப் பொட்டல்வெளிக்கு சென்ற வழி எனக்குச் சரிவர நினைவிலிருந்ததால், அதே வழியில் திரும்பி வந்து பிரதான சாலையை அடைந்து அங்கிருந்து வழிகேட்டு, ஊர் வந்து சேர்ந்தேன். அன்று நடந்ததைப் போல இன்றும் நடந்துவிட்டதென்றால், அறிமுகமில்லாத இந்த ஊரினுள் இரவு முழுக்க இந்தக் குளிரில் உடல் நடுங்க சுற்றிக்கொண்டே இருக்கவேண்டியதாகிவிடும்.

பார்வையை மறைத்திருந்த சாம்பல் நிறப் பனிமூட்டத்தை துளைத்தபடி ஒரு விளக்கு எரிவது தெரிய, அந்த விளக்கு அணையும் முன்பாக அங்கே சென்றுவிடத் தீர்மானித்து பைக்கை வேகமாக ஓட்டிச் சென்றேன். நான் கடையை நெருங்கும் சமயம், அந்தக் கடையின் முதலாளி கடையின் வெளியிலிருந்த கடைசிப் பொருளை எடுத்து உள்ளே வைத்துவிட்டு என்னை நிமிர்ந்து பார்த்தார்.

கடையை மூடிவிட்டு வீட்டுக்குப் போகத் தயாராயிருக்கும் ஒரு மனிதரிடம் வெறுமே அட்ரஸ் கேட்பது எனக்குச் சற்று சங்கோஜத்தைக் கொடுத்தது. அதனால் வில்ஸ் இருக்கா என்று கேட்டேன். இருக்கிறது என்றார். ஒரு பாக்கெட் வில்ஸ் கொடுங்க என்று கேட்டுவிட்டு, மெதுவாக அவரிடம், “சேட்டா ஈ பீர்மேடு போகுன்ன வழி எங்ஙனயா” என்று எனக்குத் தெரிந்த உடைந்த மலையாளத்தில் நான் கேட்க, எனக்குப் போட்டியாய் அவரோ, “இப்டி நேராயிட்டு போயிட்டு, அவடே ஒரு போஸ்ட் தெரியுதல்லே அதுல வலத்தோட்டு ரண்டு கிலோமீட்டர் போயால் பீர்மேடு” என்று அவருக்குத் தெரிந்த உடைந்த தமிழில் எனக்கு வழி சொல்லித் தந்தார்.

வழிதவறிவிடுவோமோ என்கிற பயத்தில், எச்சரிக்கையோடு பயணிக்கும் பரவசம் என்பது தனியே பயணிக்கையில் மட்டுமே கிடைப்பது. இந்தப் பரவசத்திற்காகவே நான் எப்பொழுதுமே அறியாத ஊரென்றாலும் தனியே பயணிப்பது. அந்தக் கடைக்காரர் சொன்ன வழியில் நிதானமாகச் சென்று பீர்மேடு எல்லையை அடைந்து ரூஃபஸை அழைத்தேன். அவன் நா குழற குழற எனக்கு அங்கே நான் யாரைத் தொடர்புகொள்ள வேண்டுமோ அவரது எண்ணைத் தந்து, நான் எந்த வழியாகப் போகவேண்டும் என்பதையும் எனக்குத் தெரிவித்தான்.

நான்கு முக்கு சாலையில் வந்து நின்றேன். இங்கிருந்து வலது புறமா இடது புறமா என்பதைக் கேட்டுத் தெரிந்துக்கொள்ள, அந்தச் சந்திப்பிலிருந்த டீக்கடையின் பூட்டைத்தான் கேட்க வேண்டியிருந்தது. மீண்டும் ரூஃபஸை அழைக்க மனம் ஒப்பவில்லை. குடித்திருக்கிறான் நன்றாகத் தூங்கட்டும். அவன் தந்த எண்ணிற்கு அழைத்தேன். முதல் ரிங்கிலேயே போன் அட்டெண்ட்டாக, ஒரு முதியவரின் குரல் “வந்துட்டீங்களா” எனக் கேட்டது.

ஹலோ கூடச் சொல்லாமல் முதல் வார்த்தையே வந்துட்டீங்களா என்று கேட்டது எனக்கு ஆச்சரியமாக இருந்தது. “ஆமாங்க இங்க ஒரு ஃபோர் ரோட் ஜங்ஷன்ல நிற்கிறேன். வீட்டுக்கு எப்படி வர்றது” எனக் கேட்டேன்.

“அங்க ஒரு டீக்கடை இருக்குதா?”

ஆமாமென்றேன்

“அந்த டீக்கடைக்கு எதிரா வடக்குப் பார்த்து ஒரு ரோட் போகுதுல்ல அதுல வந்தீங்கன்னா சரியா ஆறாவது வீடு, கிழக்குப் பார்த்த வாசல்” என்றார்.

கேரளத்தில் இத்தனை தெளிவாகத் தமிழ் பேசுகிறார். அதிலும் வடக்கு கிழக்கு என்று திசையோடு என்று என்னுள் ஓர் ஆச்சரியம் எழுந்தாலும், தமிழ் ஆளுகளா இருக்கும் அதான் இவன் (அதாவது ரூஃபஸ்) ஹோம் ஸ்டேக்கு பேசிப் பிடிச்சு வச்சிருக்கான் என்று என்னை நானே சமாதானப்படுத்திக்கொண்டு, அவர் சொன்ன திசைக்குச் சென்றேன். அவர் சொன்னதைப் போலவே சரியாக ஆறாவது வீட்டில் மட்டும் விளக்கு எரிந்து கொண்டிருந்தது.

துருவேறிப் போயிருந்த கேட்டைத் திறக்க கொஞ்சம் பிரயத்தனப் பட வேண்டியிருந்தது. “கேட்ல எண்ணெய் கிண்ணெய் போட்டு வைக்கமாட்டாங்களா” என்று மனதினுள் திட்டியபடியே கேட்டைத் திறந்துகொண்டு வீட்டினுள் பைக்கை ஓட்டிச் சென்றேன். வீட்டு வாசல் கதவருகே பஞ்சடைத்த கண்ணோடும், சவக்களை ததும்பும் முகத்தோடும் முதியவர் ஒருவர் எனக்காகவே காத்திருப்பதைப் போன்று நின்றிருந்தார்.

“ஐய்யா இப்ப போன்ல பேசினது” நான் சந்தேகத்தோடு கேட்டேன்.

"என்கிட்ட தான் பேசுனீங்க." அவரது குரல் எங்கோ அடியாழத்திலிருந்து வெளிவருவதைப் போல எனக்குத் தோன்றியது.

"சாரிங்க கொஞ்சம் லேட்டாகிடிச்சு" மரியாதை நிமித்தம் தாமதமானதற்கு நான் மன்னிப்பைக் கேட்டேன்.

"பைக்ல அவ்ளோ தூரம் வந்திருக்கீங்க. வந்து சாப்ட்டுட்டு மாடியிலதான் உங்களுக்கு ரூம். போய் ரெஸ்ட் எடுத்துக்கோங்க" என்றவரின் சவக்களை படிந்த முகத்தில் எந்தவொரு உணர்ச்சியும் இல்லாதிருந்தது.

"பைக்கை இங்க நிப்பாட்டிக்கவா?"

"இந்த வீட்ல எந்த இடத்துல வேணுன்னாலும் நிப்பாட்டிக்கோங்க. இது உங்க வீடு மாதிரி" என்றார் அதே சுரத்தற்ற முகபாவத்தோடு.

பைக்கை நிறுத்திவிட்டு திரும்பிப் பார்த்தேன். இருள் சூழயிருந்த அந்த இடமே ஏதோவொரு அமானுஷ்ய உணர்வைத் தோற்றுவிப்பதாக இருந்தது.

ரைடிங் பூட்ஸை வாசலில் கழற்றி வைத்துவிட்டு, வீட்டினுள் சென்றேன். வீடு கிட்டத்தட்ட அல்ல முழுவதுமே பராமரிப்பு ஏதுமின்றிப் பாழடைந்து போயிருந்தது.

"அது ஒண்ணுமில்ல, வீட்டைச் சரிபண்ண வருமானம் இல்ல. அதான் அப்படியே விட்டுட்டோம்" என்றார்.

இவர்கள் தங்கியிருக்கும் இடமே இத்தனை பாழடைந்து போயிருக்கிறதென்றால், மாடியில் நான் தங்கப்போகும் அறை எப்படி இருக்கப்போகிறதோ என்கிற எண்ணம் எனக்குத் தோன்றிய அதே வேளையில், இப்பொழுது இந்த வீட்டை விட்டால், தங்குவதற்கு வேறு இடம் கிடையாது என்கிற உண்மையும் உறைத்தது. "பைக் பயணத்தின்போது சாலையோர ப்ளாட்ஃபார்ம்களிலும், பெட்ரோல் பங்க்குகளிலும், ஒருசில சமயம் பைக்கின் மேலேயும் படுத்துத் தூங்கப் பழகிய உனக்கு இன்று ஒரு ராத்திரி தங்க கூரையொன்று கிடைத்தால் போதாதா" என்று என்னையே என் மனமும் கடிந்து கொள்ளவும் தவறவில்லை.

வீட்டினுள் இருந்து அவரது மனைவி வந்தார். அவரது கண்களைச் சுற்றி கருவளையம் அழுத்தமாகப் படிந்திருந்தது. பெரியவரின் முகத்தைப் போலவே இவரது முகத்தில் சவக்களை தாண்டவமாடியது.

'ரூஃபஸ் கிட்ட இனி இந்த வீட்டை எனக்கு ரெக்கமண்ட் பண்ணினது மாதிரி வேற யாருக்கும் ரெக்கமெண்ட் பண்ணிடாதன்னு சொல்லணும்.' மனதினுள் நினைத்துக் கொண்டேன்.

பெரியவர் அவர் மனைவியிடம், "அவளுக்குச் சாப்பாடு கொடுத்துட்டியா" எனக் கேட்க, "அவ எப்பவோ படுத்திட்டா" என்று பதில் சொல்லிவிட்டு அவர் மீண்டும் அடுக்களைக்குள் சென்று பதுங்கிக்கொண்டார்.

டைனிங் டேபிளில் இட்லியும் சாம்பாரும் சட்னியும் இருந்தது. அங்கு நிலவிய சூழலில் எனக்குச் சாப்பிடப் பிடிக்கவில்லை, ஆனபோதும் எனக்கெனச் சமைத்து வைத்திருக்கிறார்கள் என்பதால் பெயருக்கு இரண்டு இட்லியை மட்டும் சாப்பிட்டுவிட்டு எழுந்து கொண்டேன்.

"பைக்கை ஏன் இவ்வளவு தூசியும் அழுக்குமா வச்சிருக்கீறீங்க"

'உங்க வீட்டுக்குள்ள இருக்கிற தூசி அழுக்கைவிட என் பைக்ல இருக்கிற தூசியும் அழுக்கும் ஒண்ணும் அதிகமாயில்ல' என்று மனதிற்குள் நினைத்துக் கொண்டாலும், அதை வெளிக்காட்டிக் கொள்ளாமல், "லாங்க் ரைட் வந்ததுலாங்க. அதான் இப்படி இருக்கு. நாளைக்கு வெளியே கிளம்புறப்ப கழுவணும்," என்றேன்.

"பைப் இங்க இருக்கு" என்று இருட்டில் ஒரு இடத்தைக் காண்பித்தார்.

சரியென்று தலையாட்டிக்கொண்டேன். பின் பர்ஸை வெளியே எடுத்து, அதிலிருந்து பணத்தை எடுத்தேன்.

"இன்னிக்கு ராத்திரி இங்கேதான இருக்கப் போறீங்க. நாளைக்குக் கிளம்புறப்ப தந்தா போதும்." அவர் பேசிக்கொண்டிருக்கும் பொழுதே வீட்டினுள் சலங்கைச் சத்தம் கேட்க, "என் பொண்ணு தான். அவளுக்குக் கொஞ்சம் புத்தி சுவாதீனம் இல்ல. அதான்

அவளை ரூமுக்குள்ளயே போட்டுப் பூட்டி வச்சிருக்கிறோம்” என்றார்.

புத்தி சுவாதீனமற்ற ஒருவர் வீட்டிலிருந்தாலும் அந்த வீட்டில் களை என்பது முற்றாகத் தொலைந்துபோய்விடும். இப்பொழுது அவரது முகத்தைப் பார்த்தேன். அதில் சவக்களை தெரியவில்லை. அது ஒரு பரிதாபத்திற்குரிய முகமாய்த் தெரிந்தது.

எதுவும் பேசாமல் வீட்டின் வெளிப்புறமாக இருந்த படியிலேறி, மாடிக்குச் சென்றேன்.

★★★

கட்டிலில் வந்து அமர்ந்ததும் கட்டிலின் ஒவ்வொரு காலிலுமிருந்து ஒவ்வொரு விதமாக எழுந்த ‘க்றீச்’ சப்தம், பல வருடங்களுக்குப் பிறகு நீதான் என்மீது படுக்க வந்திருக்கிறாய் என்பதை எனக்கு உணர்த்தியது. கட்டிலின் மேல் போடப்பட்டிருந்த மெத்தையைக் கையால் ஒருமுறை ஓங்கித் தட்டினேன். மெத்தையிலிருந்து மொத்தென்ற சப்தம் மட்டுமே எழுந்தது. நான் எதிர்பார்த்ததைப் போல ஆளுயரத்திற்கு தூசி எழவில்லை என்பது எனக்குச் சற்று ஆறுதலைக் கொடுத்தது. காலில் போட்டிருந்த பூட்ஸைக் கழற்றுவதற்காக ஒரு காலைத் தூக்கினேன். உடலின் சமநிலை மாறியதும் மீண்டுமொருமுறை க்றீச். ஆனால் இம்முறை கட்டிலின் ஒருபக்கமிருந்து மட்டுமே எழுந்தது சற்று ஆசுவாசத்தைக் கொடுத்தது. ஒவ்வொரு முறை என் உடம்பை ஒவ்வொரு திசைக்கும் அசைக்க, கட்டிலின் ஒவ்வொரு மூலையிலிருந்தும் வெவ்வேறு விதமான க்றீச் கேட்டபடியே இருந்தது. ‘நல்லவேளை என்னோடு துணைக்கு நான் யாரையும் அழைத்து வரவில்லை. ஒருவேளை யாரையேனும், அது ஆணோ பெண்ணோ யாராக இருந்தாலும் ஒவ்வொரு முறை புரண்டு படுக்கையிலும் இந்தப் படுக்கையிலிருந்து எழும் க்றீச்சானது, கீழிருக்கும் வீட்டுக்காரர்களை என்னென்னவோ நினைக்க வைத்துவிடும் என்று நான் யோசிக்க, ஒரு சிறு புன்னகை என் முகத்தில் தோன்றி மறைந்தது. எந்தவொரு இக்கட்டான நிலையிலும் இம்மாதிரியான சின்னச்சின்ன நினைப்புகளும் அதில் எழும் புன்னகையும்தான் மனம் குலைந்து போகாமல் காப்பாற்றுகிறது.

மல்லாந்து படுத்துக் கையைத் தலைக்கு மேலாக நீட்டிக்கொண்டு நீண்ட பெருமூச்சொன்று விட்டுக் கொண்டேன். நாள் முழுக்க

செய்த பயணமானது கையையும் காலையும் தளர்வடையச் செய்திருந்தது. கண்களை மூடிக்கொண்டேன். உடம்பிலிருந்து எழுந்த வலி மெல்ல மெல்ல கரைந்து உடலைக் கனமற்ற இலவம் பஞ்சாய், பறவையின் குதத்து தூவலாய் மெலிதாகப் பறக்க வைக்க, ஆழமாய் மூச்சை இழுத்துவிட்டுக் கொண்டேன். அப்பொழுது உள்ளே இழுத்த மூச்சுக் காற்றானது, மூச்சுக் குழாய் வழியே வெளியே வருகையில், அது மூச்சுக் குழாயில் உராய்ந்து "ஹ்ம்ம்ர்ர்ர்" என்கிற ஒலியெழுப்பியது. என்னருகே யாரோ ஒருவர் படுத்து மூச்சு விடுவதைப் போன்ற சப்தம் கேட்டது. கூடவே கட்டிலின் க்றீச் சப்தமும் விட்டு விட்டு எழுந்தது. எனக்கோ என் உடலைத் திருப்பிக் கண்களைத் திறந்து பார்க்கக் கூட உடலில் தெம்பில்லை என்பதைப் போன்ற அசதி. சற்று நேரத்திலெல்லாம் மூச்சுவிடும் ஹ்ம்ம்ர்ர்ர் சப்தமும், கட்டிலின் க்றீச் சப்தமும் நின்றுவிட்டன. ஆம் நான் தூங்கிவிட்டேன். அப்படிதான் நான் நினைத்திருந்தேன். ஆனால் நான் படுத்திருந்த அறையின் வெளியே மெலிதாகக் கேட்ட ஐந்து முத்துக்களைக் கொண்ட கொலுசின் ஜல்ஜல் சப்தம் நான் இன்னும் தூங்கவில்லை என்பதை எனக்கு உணர்த்தியது.

சற்றுத் தொலைவில் கேட்டுக் கொண்டிருந்த ஜல்ஜல் இப்பொழுது வாசல் கதவருகே வந்து நின்றது. ஒருவேளை அந்தத் தம்பதியின் மகள்தான் வந்திருக்கிறாளோ என நினைத்துக் கொண்டேன். வாசற்கதவு வரை வந்து நின்ற ஜல்ஜல் தயக்கத்தோடு வாசலிலிருந்து விலகிச் சென்றது. பின் நின்றது. மீண்டும் 'ஜல்ஜல்ஜல்ஜல்' வாசலருகே வேகமாக வந்தது. என்னையுமறியாமல் என் மனம் கதவு திறக்கப்படும் ஒலிக்காகக் காத்திருக்க, நான் எதிர்பார்த்தது நிகழாமல் முதலில் அறையினுள் தீய்ந்த வாடை நுழைந்தது. அதைத் தொடர்ந்து வந்த கருகும் தலைமுடியின் நாற்றம் என் மூச்சையடைத்தது. அதிலிருந்து நான் வெளிவரும் முன்பே, உடலின் தோல் பொசுங்கும் நாற்றமும், தீயில் வாட்டப்படும் சதையின் நாற்றமுமென ஒவ்வொன்றாய் அந்த அறையினுள் நுழைந்தது. கட்டிலிலிருந்து எழுந்து அமர்ந்துகொண்டேன். எழுந்தமர்ந்துவிட்டேன் என்றபோதும் என்னால் என் கண்களை மட்டும் திறக்க முடியவில்லை. சட்டென அறையினுள் நிலவிய நாற்றம் மறைய, எழுந்தமர்ந்த வேகத்தில் மீண்டும் படுத்துக் கொண்டேன். ஆனால் என்ன ஆச்சரியமென்றால், இம்முறை கட்டிலின் காலிலிருந்து எந்தவொரு சப்தமும் எழவில்லை.

ஆனால் கீழே நிறுத்தியிருந்த பைக்கை ஸ்டார்ட் செய்யும் ஓசை கேட்டது. பெண்களுக்கு ராயல் என்ஃபீல்ட் மேல் அப்படி என்ன மோகமென்று தெரியவில்லை. ஒருமுறை உடுமலைப்பேட்டை அருகே கூழ் குடிக்க வேண்டி பைக்கை நிறுத்தியிருந்தபொழுது, அங்கேயிருந்த பேருந்து நிறுத்தத்தில், பேருந்திற்காகக் காத்திருந்த கல்லூரி மாணவிகளுள் ஒருத்தி மட்டும், நான் அதாவது அந்த பைக்கின் ஓனர் அங்கே இல்லை என்பதை உறுதிப்படுத்திக் கொண்டு, என்னுடைய பைக்கை ஒரு சுற்று சுற்றி வந்து பார்த்துவிட்டு, மீண்டும் நான் அவள் பார்வையில் இல்லை என்பதை உறுதிப்படுத்திக்கொண்டவள், வண்டியில் ஏறி ஒருமுறை உட்கார்ந்தும் பார்த்துக்கொண்டாள். அதன்பின் ஆக்ஸிலட்டரையும் க்ளட்ச்சையும் முறையே முறுக்கியும் பிடித்தும் பார்த்துக்கொண்டு, ஏற்கெனவே அவள் நின்றிருந்த இடத்திற்குச் சென்று நின்றுகொண்டாள். உடல்தான் அங்கிருந்து விலகிப் பேருந்து நிறுத்தத்திற்குச் சென்றதேயன்றி அவள் உள்ளம் அல்ல என்பதை அவளது பார்வை எனக்கு நன்றாகவே உணர்த்தியது.

என் புல்லட்டின் உறுமல் சத்தம் கேட்கிறது. அறைக்குள் வராமலேயே எப்படி என் பைக்கின் சாவியை அவள் எடுத்துச் சென்றாள். எனக்குக் குழப்பமாக இருந்தது. புல்லட்டின் சத்தம் கொஞ்சம் கொஞ்சமாய் தேய்ந்து மறைந்தது. இப்பொழுது மீண்டும் வாசற்கதவருகினில் எந்தவொரு அவசரமும் இல்லாத நிதானமான ஐந்து முத்துக்களின் ஜல்ஜல் சத்தம்.

இம்முறை உடலெரியும் நாற்றம் என்னை எவ்விதத்திலும் பாதித்துவிடக் கூடாது என்கிற நோக்கில், நாசியை இறுக்கமாக மூடிக்கொண்டேன். முன்பு நிகழ்ந்ததைப் போலவே கொலுசின் சப்தம் அறை வாயிலில் வந்து நின்றது. மூச்சைப் பிடித்துக் கொண்டு நானும் அந்தத் துர்நாற்றத்திற்காகத் தயாராக இருந்தேன். ஆனால் இம்முறை நாற்றத்திற்கு பதிலாகக் கதவு திறக்கப்படும் ஓசை கேட்க, வருவது யாரெனப் பார்க்கவேண்டி அரை விழிதிறந்து பார்த்தேன். திறந்திருந்த கதவின் வழி வெளிச்சம் தரையில் படிந்து சுவரின் பாதி வரையிலும் எழுந்து நின்றிருந்தது. வாசலில் மனிதர்கள் எவரும் நிற்பதற்கான தடயம் எதுவும் அவ்வெளிச்சத்தில் தெரியவில்லை. எனில் வாசல் கதவருகே வந்து நின்றது யாராக இருக்கும்...? கதவைத் திறந்தது யாராக இருக்கும்...? இப்பொழுதுதானே படுத்தேன் அதற்குள் விடியல்

நிகழ்ந்துவிட்டதா...? என்கிற மாதிரியான பல சந்தேகங்களும் கேள்விகளும் என்னுள் எழ, கண்களை முழுவதுமாகத் திறந்து பார்த்தேன். இப்பொழுது அறைக்குள் விழுந்த வெளிச்சத்தில் கழுத்து வரையில் தெரியும்படியாக நிழல் பிம்பமொன்று தரையோடு படுத்துச் சுவரில் எழுந்து நின்றது. தலையற்ற உருவமா ஒரு நொடி இதயம் துடிப்பதை நிறுத்திவிட்டு, மீண்டும் நிதானத்திற்கு வர, அங்கே வெளிச்சம் முடியும் இடம்வரையில் உடல் நீண்டிருப்பது தெரிந்தது. பார்வை மயக்கமென நான் என்னை ஆசுவாசப்படுத்திக் கொள்ள, அந்த உருவம் அங்கிருந்து மெதுவாக நகர்ந்தது. இம்முறை கொலுசின் ஜல்ஜல் ஒலி ஏதுமின்றி.

எஜமானனின் கட்டளைக்குக் கட்டுப்படாத நாயைப் போல, என் உள்ளுணர்வு என்னைத் தடுத்த போதும் அதற்குச் செவிமடுக்காமல் திறந்திருந்த வாசல் கதவின் வழி வெளியேறினேன். முந்தைய நாள் இரவின் இருட்டில் பார்த்ததைப் போலல்லாமல், இப்போது வெளிச்சத்தில் வீட்டின் வெளியே மிகப்பெரிய நிலப்பரப்பு இருப்பது தெளிவாகத் தெரிந்தது. தெளிவாகத் தெரிந்தது அந்த நிலப்பரப்பு மட்டுமல்ல, சில மாதங்களுக்கு முன் ஏரல் சென்று விட்டு வரும்வழியில் கூகுள் மேப்பின் உதவியால் நான் பார்த்த இரண்டு புதைமேடுகளைப் போன்ற புதைமேடுகள் இரண்டும், அந்தப் புதைமேடுகளின் மேலே சாவகாசமாய் இரண்டு பேர் அமர்ந்து கதை பேசிக் கொண்டிருப்பதும். புதைமேட்டின் மேல் அமர்ந்து பேசியபடியிருந்த அந்த இருவரும் மனிதர்களைப் போலத் தெரிந்தாலும், மனிதர்களாகத் தெரியவில்லை. எனக்குள்ளே அபாய மணியொன்று அடிக்க, மீண்டும் அறைக்குள் சென்று பதுங்கிக் கொள்ளத் திரும்பினேன்.

நான் அம்மச்சிக் கொட்டாரத்தின் முன்பாக நின்றிருந்தேன். முந்தைய நாளின் இரவு நான் பார்த்த பெரியவர் இப்பொழுது அம்மச்சிக் கொட்டாரத்தின் காவலாளியாக அங்கே நின்றிருந்தார். "எனக்கு இப்பவரெக்கிம் சம்பளம் திருவாங்கூர் ராஜாகிட்டருந்தாக்கும் வருது" பெருமையாக ஒலித்த அவரது குரல் அசரீரியாக என் காதில் கேட்டது.

"தோ இந்தப் பூவரச மரத்துக்குக் கீழயாக்கும் மாந்த்ரீகன கூட்டிட்டு வந்து தலைச்சன் ரெட்டப் பிள்ளைகள பலி கொடுத்தது" என்று

அவர் கைகாட்டிய இடத்தில் பார்த்தேன். தலையற்ற முண்டமாய் இரண்டு குழந்தைகள் மரத்தைச் சுற்றிச் சுற்றி ஓடிக்கொண்டிருந்தன. என் கையில் சிறு நடுக்கம் தோன்ற, என் உள்ளங்கால்கள் பூமியோடிருந்த உராய்வைத் தற்காலிகமாக நிறுத்திக்கொள்ள, அருகிலிருந்த மரத்தூணில் என்னுடல் சாய்ந்து கொண்டது.

என் விரல்களை மிருதுவான ஒரு குட்டி விரல் நிமிண்டுவதைப் போன்றவொரு உணர்வு தோன்றியது. பதறிப்போய்த் திரும்பிப் பார்த்தேன். அங்கே சற்று முன் மரத்தைச் சுற்றி விளையாடிக் கொண்டிருந்த குழந்தைகளில் ஒன்று என் கையைத் தொட்டுப் பார்த்துக்கொண்டிருந்தது. திடுக்கிட்டு நான் பின் நகர கால் இடறிக் கீழே விழுந்தேன்.

அப்படிப் படுத்திருந்தபடி கண் திறந்து பார்க்கையில், தலைக்கு மேல குடையாய் விரிந்திருந்த பூவரச மரத்தின் கிளைகள் எங்கும் பூவுக்கும் இலைக்கும் பதிலாக மனித உடல்கள் தொங்கிக் கொண்டிருந்தன. ஒரு நொடி கண்களை இருட்டிக் கொண்டு வந்தது. நிர்வாணமாய்த் தொங்கிக்கொண்டிருந்த உடலின் ஆண் பெண் பாலுறுப்புகள் மிகத் தெளிவாய்த் தெரிந்தன. அதில் ஒரு பெண்ணின் பிறப்புறுப்பிலிருந்து குருதி சொட்டிக் கொண்டிருந்தது. எண்ணிப் பார்க்கக் கூட இயலாத அளவிற்கு என் மூளை குழம்பியது. எழுந்து அமர்ந்தேன். என் எதிரே நின்றிருந்த காவலாளிக் கிழவன் என்னைப் பார்த்துப் பூடகமாகச் சிரித்தான்.

“தம்பி அதிசியவாட்டு ஒன்னு நோக்கேண்டாம். சந்தேகமே வேண்டாம். எல்லாம் பிரேதங்களாக்கும்.” எனக்குத் தூக்கி வாரிப் போட்டது. வீட்டின் வாசலில் இத்தனை பிணங்கள் கிடக்க ஒரு மனிதனால் எப்படி இத்தனை இலகுவாக இங்கே சுற்றிக் கொண்டிருக்க முடியும்...?

“தம்பி பேடிக்கேண்டாம். இந்த அம்மச்சி கொட்டாரம் கேரள நம்பூத்ரிகள வச்சி மந்திரிச்சி கட்டிய கொட்டாரமாக்கும். ஈ அம்மச்சி கொட்டாரத்துக்குள்ள சாவோ பிரேதங்களோ வரவே முடியாது. சவங்கள் இங்கயேதான் இருக்கும். இங்க சுத்திருக்க மரத்துகள்லருந்து பூவோ காயோ பழமோ விழுந்து அதெ நீங்க எடுத்தா மட்டுந்தான் ஈ பிரேதங்கள் உங்கள தொடும். இப்ப உங்க தலெயெ தூக்கிப் பாருங்க. பிரேதம் ஒண்ணுமே இருக்காது”

என்றார். ஆனால் எனக்கோ தலையை நிமிர்த்தி மீண்டும் ஒருமுறை அந்தப் பூவரச மரத்தைப் பார்க்க பயமாக இருந்தது.

'சாவே நிகழாத சாவே நெருங்காத அரண்மனையா இது...?' பயம் மறைந்து சட்டென ஒரு கேள்வி என்னுள் எழுந்தது. என் மனவோட்டத்தைப் படித்ததைப் போன்றே அந்தக் கிழவன், "சாவக் கட்டி போடுகதுக்காக்கும் அந்தக் கொழந்தெகள ராஜா பலி கொடுத்தது. சொன்னா நம்ப மாட்டீங்க. அம்மெசத்தியமா நான் கண்ணால கண்டதாக்கும். மார்த்தாண்ட வர்மா ராஜாக்க வலக்கையா இருந்த எட்டுவீட்டு பிள்ளமார்ல நாயரொருத்தருக்க உயிரு மேலயு போகாம கீழயும் போகாம இழுத்துட்டே கிடந்தான். ராஜாக்கு அதப் பாக்க பொறுக்காம, அவெனக் கொட்டாரத்துக்க வெளிய கொண்டு போய்ப் போடுங்கன்னாரு. அதே மாதிரி அவென் படுத்திருந்த கட்டிலோட எடுத்துக் கொண்டுவந்து வெளியே போட்டதுதான் தாமஸம். அந்த நாயக்கருக்க உயிரு ஒடனே போயிடிச்சு" மறுமொழி வந்தது. பின், "ஸாரு ஆத்தியம் ஒரு ப்ரேதத்த கண்டல்லே. அது அந்த நாயருக்க பிரேதமாக்கும். வரப்போற பிரேதங்கள எல்லாம் விழிச்சி வர்த்தமானம் பேசும். கெக்கெக்கெக்கெ". சற்றுமுன் பார்த்த பற்களெல்லாம் காணாமல் போயிருக்க, பொக்கை வாயோடு சிரித்தான் அந்தக் காவலாளி கிழவன்.

"என்ன தம்பி அன்னிக்கி சேர்மேன் கோயில்ல நா பேயொட்டுகத பாத்து என்னவெல்லாமோ கதைகளெ எழுதினியல்ல. இப்ப நம்புதியளா. பேயின்னு ஒண்ணு இருக்குன்னு". சில மாதங்கள் முன் நான் ஏரலிலிருக்கும் சேர்மென் கோவிலில் பார்த்த பேயோட்டி தன் கழுத்தில் காலி பாட்டில்களால் கோக்கப்பட்ட மாலையோடு என்னருகில் நின்றிருந்தாள்.

"இ...இ... இந்தப் பாட்... பாட்... பாட்டிலெல்லாம்" என் நாக்கு குழறியது.

"எல்லாம் மனுச ஒடம்புலருந்து உருவியெடுத்த பேயிவளாக்கும்." என்று சொல்லிவிட்டு, பேயறைந்ததைப் போன்றிருந்த என் முகத்தைப் பார்த்ததும், "ஹ்ஹ்ஹ்ஹா ஹா ஹா" என்று சத்தமாகச் சிரித்தாள்.

"ஊக்கங்கொறஞ்ச பேயிவள இந்தப் பூவரச மரத்துல விட்டுட்டு, ஊக்கங்கூடின்ன பேயிவள கொண்டு போயி நடுக்கடல்ல

போட்டுருவேன்.” என்னோடு பேசியபடியே தன் கழுத்து மாலையிலிருந்து நான்கு பாட்டில்களைத் திறந்தாள். அந்தப் பாட்டில்கள் ஒவ்வொன்றிலிருந்தும் வெவ்வேறு நிறங்களில் புகை போன்று எதோ வெளியேறி, புகைப் போன்று அல்ல. புகையாக வெளியேறி அந்த மரத்தில் போய்த் தஞ்சமடைந்தது.

“ஏய் கண்டாரவோலி, ஒங்கிட்ட எத்தன ப்ராஷம் பறஞ்சிட்டுடுண்டு. இது போலத்த சவங்கெள இவெட கொண்டு வந்து விடக்கூடாதுன்னு” காவலாளி கிழவன் கத்தினான்.

“நான் என்னவோ ஒமக்க வீட்டுக்குள்ளேயே கொண்டந்து விட்ட மாறி இந்தக் கத்து கத்திட்டு இருக்க. ஒன் வீய்ட்டுக்குள்ள தான் எந்தச் சவமும் வராதுல்ல.” பேயோட்டியும் பதிலுக்குக் கத்தினாள் என்றாலும் அவளது குரலில் ஒரு உரிமை கலந்தே இருந்ததை என்னால் உணரமுடிந்தது.

பேயோட்டியைப் பார்த்தேன். முந்தைய நாளின் இரவில் நான் பார்த்த அதே வயதான பெண்ணின் தோற்றத்தோடு எனக்குத் தெரிந்தாள்.

“சரி சரி வா, வந்து ஒரு கைகொடு. சாரு படுத்திருந்த அந்த நாயருக்க கட்டிலெ கொண்டு வந்து வெளிய போடுவம்” அந்தக் கிழவன் சொல்லிவிட்டு வீட்டினுள் செல்ல, அவன் பின்னேயே பேயோட்டியும் செல்ல, நான், “ஏங்க நடுக்கடல்ல கொண்டு போய்ப் போட வேண்டிய பாட்டில்களை எடுத்துட்டு வீட்டுக்குள்ள போறீங்களே.” என் குரல் கேட்டு ஒரு நொடி நின்றவள், “ஆமாமா மறந்துட்டேன். இதை நீங்களே கடல்ல கொண்டு போய்ப் போட்டுடுங்க” என்றபடி அவள் கழுத்தில் கிடந்த பாட்டில் மாலையை எடுத்து என் கழுத்தில் போட்டுவிட்டு அவள் வீட்டினுள் சென்றாள். அந்த பாட்டில் மாலை நான் எதிர்பார்த்திருந்ததை விடவும் அதிக கனமாக இருந்தது.

“ஏங்க கடலே இல்லாத இடத்துல கடலுக்கு நான் எங்கேங்க போறது” உயிரைக் கொடுத்துக் கத்தினேன்.

“நீ அதெ தேடிப் போக வேண்டாம். அதுவே உன்னைத் தேடி வரும்” எங்கோ தூரத்திலிருந்து முனகலாய் அந்தக் குரல் என் காதில் விழுந்தது. அது அந்தப் பேயோட்டியின் குரலா அல்லது காவலாளி கிழவனின் குரலா என்பதை என்னால் பிரித்தறிய முடியவில்லை.

“தம்பி சதுரகிரிலேருந்து காட்டு வெள்ளம் வருந்நமுன்னு ஆ பாட்டிலுகள எண்ட கைல தந்துட்டு கொட்டாரத்துல போய் ஒளிச்சிக்கோ” அடர்த்தியான ஒரு குரல் என் பின்னிருந்து கேட்க, திரும்பிப் பார்த்தேன். அங்கே வெற்று மாரில் அங்கவஸ்த்திரத்தை குறுக்காய் கட்டியும், நீண்டு வளர்ந்திருந்த தலைமுடியை ஒருபக்கமாய் வழித்துச் சீவி வலது காதின் மேல் கொண்டை போட்டிருந்த உருவமொன்று நான் சற்றுமுன் படுத்திருந்த கட்டிலின் மேல் கம்பீரமாக அமர்ந்திருந்தது.

“சதுரகிரியா அது தமிழ்நாட்டுலல்லா இருக்கு!”

“காட்டு வெள்ளத்துக்கு நாடுகளுடே கணக்கெல்லாம் தெரியாது கேட்டியா. வெள்ளம் வருன்ன சத்தம் கேட்குவா. ஆ பாட்டிலெ குடு. ஹ்ம்ம்ம்ம்” நிதானமாக ஆரம்பித்த குரல் முடிவில் கம்பீரமாய் அதிகாரமாய் என்னிடம் பேய்கள் அடைத்து வைக்கப்பட்டிருக்கும் பாட்டிலைக் கேட்டது.

என்னைச் சுற்றிப் பிணங்களாக மிதக்க, நான் நீரில் தத்தளித்துக் கொண்டிருந்தேன். மிதந்த பிணங்களில் பாதி நீர் குடித்து உப்பிப் போயிருந்தது. சில பிணங்களின் மேல் துணியின்றி அம்மணமாய் உடலில் விழுந்திருந்த சிராய்ப்பைக் காட்டியபடிக்குக் கிடந்தன. சிரமத்தோடு நீந்தி மிதந்து கொண்டிருந்த பிணமொன்றின் மீதேறி அமர்ந்தேன்.

தப்பிக்க ஏதும் வழியிருக்கிறதா என்பதைத் தெரிந்து கொள்ளவேண்டி பார்வையை சுற்றுமுற்றும் பார்த்தேன். தூரத்தில் வெண்புகை மறைத்திருந்த மலை மேட்டில் அஜானுபாகுவாக ஒரு உருவம் நின்றுகொண்டிருப்பது தெரிந்தது. நான் பற்றியிருந்த மரச்சிலுவைக்கும் அந்த உருவத்திற்குமிடையில் வெள்ளம் பெருக்கெடுத்து ஓடிக்கொண்டிருந்தது.

“நான்தான் சொன்னேன்ல, காட்டுவெள்ளம் வர்றதுக்கு முந்திக் கரையேறித் தப்பிக்கோன்னு.” கரகரப்பாகப் பெண்ணின் குரல் கேட்டது. மலையை மறைத்திருந்த வெண்பனி விலக விலக, அங்கே சற்றுமுன் அஜானுபாகுவாய் ஏழடி உயரத்திற்கு நின்றது பெண்ணென்று விளங்கியது. அந்த உருவத்திற்கு சற்றுத் தள்ளி ஒரு திரிசூலமும் தெரிய, நான் இறுகப் பற்றியிருந்த மரச்சிலுவையைப் பார்த்தேன். பாஞ்சாலிமேட்டிற்கு நான் வந்துவிட்டேன் என்பது புரிந்தது.

யாரோ ஒருவர் என் கையைப் பற்றியிழுக்க, தொப்பென்று பஞ்சணையின் மீது விழுந்தேன். மீண்டும் “க்றீச் க்றீச்” சத்தம். என் காதருகே “ஹ்ர்ர்ர்ர்ம்” என்று மூச்சுவிடும் சத்தம். காதைக் கூராக்கினேன். நான் எதிர்பார்த்தபடியே கொலுசின் ஜல்ஜல் சத்தமும் வாசல் கதவருகே கேட்டது. இப்பொழுது உடல் கருகும் வாசம் வரப்போகிறதா அல்லது கதவு திறந்துகொள்ளப் போகிறதா என்பதை அறிந்து கொள்ளும் ஆவலோடு படுத்திருந்தேன்.

இம்முறை அறைக்குள் பத்தியும், சாம்பிராணியும் மணத்தன. என் கட்டிலின் அருகே சிவப்புநிறச் சேலை உடுத்திய அந்த ஆஜானுபாகுவான உருவம் நின்றிருந்தது. அந்த உருவம் என்மீது சாய, என் ஆணுறுப்பு விறைப்பு கொண்டது.

விறைத்திருந்த என் ஆணுறுப்பைக் கையில் பற்றியபடி, என் காதோரமாகக் குனிந்து, “தனக்கு ரொம்ப பிடிச்சவங்களையும், நெருக்கமானவங்களையும் கொடுமைப்படுத்திப் பார்க்கிற அளவுக்கு மனுஷங்க ரொம்ப குரூரமானவங்களும், கொடுமைக்காரங்களும் இந்த உலகத்துல யாருமே கிடையாது” என்றது.

என் உறுப்பிலிருந்து வெளியேறிய திரவம் என் உள்ளாடையை ஈரமாக்கியது.

★★★

பகுதி இரண்டை வாசிக்க நீங்கள் எத்தனை நேரம் எடுத்துக் கொண்டீர்கள் என்பது எனக்குத் தெரியவில்லை. கனவின் நீளம் என்பது ஏழிலிருந்து ஒன்பது நொடிகளே என்று கனவு குறித்த ஆராய்ச்சிகள் சொல்கிறது. ஆனால் எனக்கோ இந்தக் கனவு என்பது ஒரு முழு நீள இரவையும் விழுங்கியதைப் போன்றிருந்தது.

காலையில் எழுந்து குளியலறைக்குச் செல்கையில், இரவு என் ஆணுறுப்பிலிருந்து வெளியேறிய விந்து என் உள்ளாடையில் காய்ந்து உறைந்து போயிருந்தது தெரிந்தது. தொடர் பயணத்திலிருக்கையில் உள்ளாடைகளை அலசி உலர்த்துவதற்கு நேரமும் இருப்பதில்லை, உலர்த்துவதற்கு இடமும் கிடைப்பதில்லை. ஆனால் விந்து உறைந்த உள்ளாடையை என் முதுகுப்பையில் வைத்துக்கொண்டால், பையிலிருக்கும் மொத்தத் துணியிலும் நாற்றத்தைக் கொண்டு வந்துவிடும். அதனால் வேறு வழியின்றி உள்ளாடையை அலசி நன்றாகப் பிழிந்துகொண்டேன்.

வெளிக்கிளம்ப வேண்டிக் கீழே வருகையில், கீழே வீடு வெளிப்பக்கமாய்ப் பூட்டுப் போடப்பட்டிருந்தது. முந்தைய நாளின் இரவு அழைத்த எண்ணைத் தொடர்புகொண்டேன். எவ்விதமான சத்தமுமின்றி அமைதியாக இருந்தது. பைக்கில் பேகை கட்டி வைத்துவிட்டு மீண்டும் அழைக்கலாமென முடிவு செய்து, பைக்கை நிறுத்தியிருந்த போர்ட்டிக்கோவுக்குச் சென்றேன்.

நேற்று இரவு மேற்குப் பார்க்க நிறுத்தியிருந்த பைக், இப்பொழுது கிழக்கு நோக்கித் திரும்பி நின்றது. அதிலும் தண்ணீர் விட்டுக் கழுவி சுத்தமாக வேறு நின்றிருந்தது. மீண்டும் அந்த எண்ணிற்குத் தொடர்புகொண்டேன். மீண்டும் அந்த எண்ணானது அமைதி காத்தது. என் உள்ளுணர்வில் அபாய மணியொன்று அடிக்க, சாவியைப் போட்டு பைக்கை ஸ்டார்ட் செய்தேன். ஒன்றிரண்டு முனகலுக்குப் பிறகாக வண்டியிலிருந்து டுப்டுப் துப்துப் என்று ஒலி வெளியேற ஆரம்பித்தது.

முந்தைய நாளிரவில் நான் புதைகுழிகளைப் பார்த்த இடத்தில் ஒரு பெரிய மண்மேடு பச்சைப்புல் போர்த்திய மலையாக எழுந்து நின்றிருந்தது. திரும்பி வீட்டைப் பார்த்தேன். அந்த வீடே ஒரு அமானுஷ்யமாகத் தெரிந்தது. முதலில் இங்கிருந்து கிளம்பியாக வேண்டும். மனத்தினுள் நினைத்துக்கொண்டு வேகவேகமாக அங்கிருந்து வெளியேறி, முந்தைய நாளின் இரவில் நான் பார்த்திருந்த டீக்கடைச் சந்திப்பிற்கு வந்து நின்றேன்.

டீக்கடையில் டீக்கு சொல்லிவிட்டு, சிகரெட் ஒன்றை எடுத்துப் பற்ற வைத்துக்கொண்டு ரூஃபஸை அழைத்தேன். மூன்றாவது ரிங்கில் போனை எடுத்தவன், முதல் வார்த்தையாக, “லேய் மயிராண்டி நேத்து ராத்திரி எங்கேல போய்த் தங்கின” என்று கேட்டான்.

“நீ சொன்ன அட்ரஸுக்குத் தான் போனேன்” சொல்லும்போதே என் வார்த்தைகள் தடுமாறின.

“மயிரு போன. நேத்து ராத்திரி உனக்கு போன் பண்ணினா நம்பர் போகல, உனக்கு நான் ரெடி பண்ணி வச்சிருந்த ஹோம்ஸ்டேகாரங்க எனக்கு போன் மேல போன் போட்டு அவர் வருவாரா மாட்டாரான்னு கேக்க ஆரம்பிச்சிட்டாங்க.

நேத்து ராத்திரி ஏத்துன சிக்கு எல்லாம் ஒரே மணி நேரத்துல ஏறங்கி, அடுத்ததா அடிக்கச் சரக்கும் இல்லாம. சரி அத விடு. ராத்திரி எங்கே போய்த் தங்கின"

"இல்ல மாப்ள, நீ குடுத்த நம்பருக்குத் தான் போன் பண்ணி அட்ரஸ் வாங்கி அங்க போயி, அந்த வீட்ல கூட வயசான ரெண்டு பேர் இருந்தாங்க மாப்ள. உன் பேரைச் சொன்னேன். ஆமா சொல்லிருந்தார்ன்னு எல்லாம் சொன்னாங்களே" என்று சந்தேகத்தோடு நான் சொல்லிக்கொண்டே போக, அவன் கலவரத்தோடு, "மாப்ள நீ இப்ப எங்க இருக்கிற" எனக் கேட்டான்.

"நான் கல்லார்காவல ஜங்ஷன்ல நிக்கிறேன். என்ன மாப்ள."

"தேங்க் காட்" என்றவன். "நைட்டு ஒண்ணும் பிரச்சனை இல்லையே" எனக் கேட்டான். இரவின் கொடுங்கனவைப் பற்றி எதுவுமே அவனிடம் சொல்லாமல், "அதெல்லாம் ஒண்ணுமில்ல மாப்ள" என்று இயல்பாகச் சொல்லிவிட்டு, "ஏன் மாப்ள என்ன விஷயம்" என்று அதே இயல்போடு அவன் பதற்றப்பட்டதன் காரணத்தைத் தெரிந்துகொள்ள வேண்டி ஆர்வத்தோடு கேட்டேன்.

"அது ஒண்ணுமில்ல மாப்ள. நீ ஊருக்கு வா பேசிக்கலாம்" என்றான். இதற்கு மேல் இவனிடம் இதைப் பற்றிப் பேசுவதில் எந்தவொரு பிரயோஜனமும் இல்லை என்று தோன்றியது. அதனால் சரியென்று சொல்லிவிட்டு போனைத் துண்டித்துவிட்டு, டீயைக் கையில் எடுத்தேன். கேரளத்துக்கே உரித்தான லோட்டா கப்பில் டீயைப் போட்டிருந்தான் அந்தச் சேட்டன். அரை கிளாஸ் டீ போதுமென்று சொல்லியிருக்க வேண்டும் என மனதினுள் நினைத்துக்கொண்டேன்.

"சார் தமிழ்நாட்டுலருந்தா வந்திருக்கு" சேட்டனே பேச்சைத் துவங்கினான்.

"அதே சேட்டா..."

"இனி எங்கயாக்கும் போகுது" என்று தமிழும் மலையாளமும் கலந்து கேட்ட சேட்டனின் முகத்தில் ஆச்சரியம், அச்சம், கலவரம் போன்ற ஏதோவொரு உணர்ச்சி இழையோடியது.

"இனி இவிடருந்து மூணார் போயிட்டு, அவிடருந்து உடுமலை போய்த் தமிழ்நாட்டுக்கு" என்றேன்.

சரியென்று தலையை ஆட்டிக்கொண்ட சேட்டனின் முகத்தில், என்னிடம் ஏதோ சொல்ல நினைப்பதும் அதைச் சொல்வது சரியாக இருக்குமா என்று யோசிப்பதுமாய் ஒரு குழப்ப ரேகை ஓடியதை அவதானித்தேன், மனித உளவியலின்படி ஆர்வமின்றி இருப்பவர்களிடம் மட்டுமே ஆர்வமாகக் கதைப் பேச முனைவார்கள் என்பதால், அதைப் பற்றி எதையும் தெரிந்து கொள்ள ஆர்வமில்லாதவனாகக் காட்டிக்கொண்டு டீயை மெதுவாகக் குடிக்க ஆரம்பித்தேன்.

"சார் ஞான் சோதிக்கேன்னு தெற்றா எடுக்கக் கூடாது" நான் எதிர்பார்த்திருந்தபடியே முதல் காய் நகர்த்தல் அவரிடமிருந்து ஆரம்பித்தது.

"பறையு சேட்டா..."

"சார் போனுல சம்சாரிச்சத ஞான் கேட்டது. சார் நேத்து ராவு ஈ ரோட்டுல போகும்போ ஆறாம்த்ததா ஒரு வலிய வீடிருக்கே அங்கயா தங்கிச்சி" கலவரத்தோடு கேட்ட சேட்டனைப் பார்த்து, எவ்விதமான முகமாற்றமுமின்றி, "ஆமா சேட்டா" என்றேன்.

"அவிடே ஆக்க இருந்திச்சா..."

"அதே. இருந்திச்சே. ஒரு பெரியம்மையும், அச்சனும். பின்னெ ஒரு பொண்ணு கூட இருந்துச்சி."

"பெரியம்மையும் அச்சனுமா" என்று தனக்குள்ளேயே முணுமுணுப்பாகக் கேட்டுக் கொண்ட அந்தச் சேட்டன், "சார் ஆ பெண்ணின கண்டா" என்றார்.

"இல்ல சேட்டா, பெண்ணுக்கு ஏதோ பிணக்குன்னு சொல்லி ரூம்ல இருக்கிறதா ஆ அச்சன் பறைஞ்சு" நான் சொல்லி முடிக்கவும் சேட்டனின் முகம் பீதியடைந்தது. அதனால் நானே மீண்டும் பேச்சைத் தொடர்ந்தேன்.

"என்ன சேட்டா ஏதும் பிரச்சனையோ?"

ஒரு நொடி நேரத் தயக்கத்திற்குப் பிறகு, சேட்டன், "அந்த வீட்டுல ஆள் யாரும் கிடையாது. ரண்டு கொல்லத்துக்கு முன்ன ஆ வீட்ல இருந்த பொண்ணு ஆத்மஹத்தி பண்ணிட்டு..." அவர் என்ன சொல்கிறார் என்பது புரியாமல் நான் முழிக்க, "ஆத்மஹத்தின்னு

பறைஞ்சா கழுத்துல கயிருயிட்டு” தூக்கில் தொங்குவது போன்று அவன் சைகை செய்ய, “சூசைடா” என்றேன். உடனே அவரும், “ஹான் அது தன்னியே. சூசைட் செய்துகிச்சு. கொற தெவசத்துல ஆ பெண்ணிடே அம்மையும் அச்சனும் சூசைட் செய்துகிச்சு. இப்ப ஆ வீட்ல யாரும் இல்லா. ராத்ரி ஆ வழிக்கிப் போகுன்னவருக்கு ஆ வீட்டிலே ஆரோ விளிக்கின்ன சத்தம் கேக்கும்னு பறையும்” என்றார்.

டீக்கோப்பையைப் பற்றியிருந்த என்னுடைய விரல்களில் லேசான உதறல் எடுப்பதை என்னால் உணரமுடிந்தது. மேற்கொண்டு அவரிடம் பேச முடியாமல் நாக்கு மேலண்ணத்தில் ஒட்டிக் கொள்ள, இவை எதையும் கவனிக்காதவர், “ஆ கொச்சிக்கு ஏதோ லவ் இருந்திருக்கு. அச்சனும் அம்மையும் அவெனக் கெட்டினா ஞங்கள் மரிக்கும்னு சொல்லியிருக்கு.” என்று அவர் பேசிக் கொண்டே போக, அந்தப் பெண்ணின் தாயும் தந்தையும் மரித்துப் போனதாக அவர் சொல்லியது மட்டுமே என் மூளையில் ஓடிக் கொண்டிருக்க, மனதினுள், ‘ஆளே இல்லாத வீட்ல என் பைக்கை யாரு சுத்தமா துடைச்சு வச்சிருப்பாங்க’ என்று நினைத்தபடியே என் பைக்கைப் பார்த்தேன். அது முந்தைய நாளின் இரவில் அந்த வீட்டினுள் செல்லும்போது, எந்தளவிற்குத் தூசியோடும் அழுக்கோடும் இருந்ததோ, இப்பொழுதும் அதேயளவு தூசியோடு அழுக்கோடும் என் முன்னே நின்றுகொண்டிருந்தது.

———

தொப்புள்குழியுள் புதைந்திருந்த விருட்சத்தைப் பற்றி...
அல்லது விருட்சத்தின் வேர் ஊடுருவிய
தொப்புள்குழியைப் பற்றி...

எங்கே சென்றான் அவன் எனத் தேடி அலைகிறேன். ஆனால் அவனோ என் கைக்குச் சிக்காமல் எங்கெங்கோ பறந்தபடிக்கு இருக்கிறான். ஒற்றை இரவில் ஒரு பெண்ணை, அவள் தன் சூழிவயிற்றை வெளிக்காட்ட வைத்த மாயாஜாலக்காரனான அவனின் முகம், சூழ்வயிற்றோடு நிற்கும் அப்பெண்ணிற்கேனும் தெரியுமா என்றால் இருளில் வந்தென்னைப் புணர்ந்து புலரும் காலையில் என்னைப் பிரிந்து சென்றவனின் முகத்தை நான் பார்க்கவில்லையென உதடு பிதுக்கிப் பதிலளிக்கிறாள்.

ஒற்றை இரவில் ஒரு பெண்ணைக் கர்ப்பவதியாக்கலாம். ஆனால் நிறைசூழ் வயிற்றுப் பெண்ணாக மாற்ற முடியுமா...? புணர்ந்த மூன்று மணி நேரத்திற்குள்ளாகவே கருத்தரித்து பிள்ளை பெற வைத்துவிடுமளவிற்கு அவன் என்ன ஸ்பீஷியஸ் திரைப்படத்தில் வருவதைப் போன்ற வேற்றுக்கிரக இனத்தைச் சேர்ந்தவனா...! அந்தத் திரைப்படத்தைப் புனைவு என எடுத்துக் கொள்ளலாம். ஆனால் என் கண் முன்னே தன் வயிற்றைத் தள்ளிக்கொண்டும் பிரசவ வலியைத் தாங்கிக்கொண்டும் நிற்கும் இந்தப் பெண்ணை எப்படி புனைவு என்று என்னால் ஒதுக்கி வைக்க முடியும்...? இலக்கியங்களிலும், செவிவழிக் கதைகளிலும், கைக்கெட்டாத்

தொலைவிலும், நிழல்படங்களிலும் ஏன் ஒருசில நீலப்படங்களிலும் தொந்தி சரிய நிற்கும் பெண்களைப் படித்திருக்கிறேன். பார்த்திருக்கிறேன். அது என்னுள் ஒருவிதமான பரவசத்தையும், அவலத்தையும், கண்களில் கண்ணீரையும் தோன்ற வைத்திருக்கிறது. ஆனால் முதன்முறையாக என் கைக்கெட்டும் தொலைவில் ஒரு பெண். அதுவும் நேற்று மாலை வரையிலும் ஒட்டிய வயிற்றோடு என் முன் வலம் வந்தவள், இன்று பானை போன்று வீங்கியிருக்கும் தன் வயிற்றைத் தன்னுடலால் தாங்க முடியாது, முதுகை முன்பக்கமாக வளைத்து, தன் இரு கைகளாலும் தன் வயிற்றை ஏந்திப் பிடித்து நிற்கிறாள். அவள் முகத்திலோ இன்னும் சில விநாடிகளில் அல்லது சில நிமிடங்களில் தன் பிறப்புறுப்பின் வழி குழவி வெளியேறிவிடுமோ என்கிற பதட்டத்தையும் பயத்தையும் பார்க்கமுடிகிறது.

நானும் அவளும் வாழும் இந்த நிலத்தின் தற்போதைய சூழலில், ஒரு குழந்தையை ஈன்றெடுப்பது என்பதே பாவத்திற்குரியது. அந்தக் குழந்தை தலைகீழாக இந்த நிலத்தில் விழும் பொழுதே, அது என்ன மதம் என்ன ஜாதி ஏன் அது என்ன மொழி பேச வேண்டும் என்பதைக் கூடப் பதிவு செய்து அதன் முதுகில் முத்திரை குத்திவிடுகிறார்கள். அதாவது அந்தக் குழந்தை தலைகீழாக நிலத்திற்கு வந்து அது தன் கால்களை நிலத்தில் ஊன்றி வைக்கும் முன்னமே அதன் தலையெழுத்தானது இங்கே கிறுக்கப்பட்டுவிடுகிறது. விருப்பமற்ற ஒன்றை, தன் விருப்பத்திற்கு மாறாகத் தனக்குத் திணிக்கப்பட்ட ஒன்றை, விருப்பமே இல்லையென்றாலும் இறக்கும் வரையிலும், ஏன் இறந்தபின்னும் கூட முதுகுச் சுமையாய்ச் சுமந்தலைய வேண்டிய கட்டாயச் சூழலிருக்கும் இந்தச் சூழலில், தன் முதலெழுத்து என்னவென்றே தெரியாமல் அது இந்நிலத்தில் வந்து வீழ்ந்தால்...!

எனக்கு இப்பொழுதிருக்கும் முதன்மையான வேலையானது அந்த வேற்றுக்கிரகவாசி யாரெனக் கண்டடைய வேண்டும். அந்தப் பெண்ணின் உடல் தேவைக்காக அல்லது சுகத்திற்காக அல்லது புணர்ந்து சென்றவனின் காம இச்சைக்காக என்று ஏதோவொரு காரணத்திற்காக உருவான உயிருக்குக் குறைந்தபட்ச அங்கீகாரமேனும் பெற்றுத் தர வேண்டும்.

கதைசொல்லியான வாஸ்தோவின் அறிக்கை அவனை ஒரு நியாயவானாக உங்களிடம் காட்டிக்கொள்ள அவன் எடுத்துக்கொள்ளும் ஒரு மாயவேலை. வாய்ஜாலம். உண்மை என்னவென்றால் அவன் ஒரு பொய்யன். மேற்கூறியிருக்கும் அறிக்கையில் அவன் நேற்றுதான் என்னைப் பார்த்ததாகவும் கவனித்ததாகவும் சொல்லி இருக்கிறான் அல்லவா...! அது மிகப்பெரிய பொய். அவன் அனுதினமும் என்னைப் பார்த்துக் கொண்டேதானிருக்கிறான். என்னுடலின் வளர்சிதை மாற்றங்கள் அனைத்தையும் அவன் அவதானித்தபடியும்தான் இருக்கிறான். அவன் என்னைப் பார்ப்பதை நானும் கவனித்தபடியே தானிருக்கிறேன். ஆனால் அவனோ அடுக்கடுக்காகப் பொய் பேசுவதைப் பற்றிச் சற்றும் நாக்கூசாமல், நேற்றுத்தான் என்னைக் கவனித்ததாகப் பொய்யுரைக்கிறான். ஆண்களின் மனமும் புத்தியும் பொய்யெனும் சகதியில் புரண்டு, பெண்கள் எப்படித் தங்களின் முகத்தின் மீது அழகு சாதனத்தைப் பூசிக் கொள்வதாக இந்த ஆண் வர்க்கத்தினர் சொல்கிறார்களோ, அதைப்போலவே இந்த ஆண்கள் அவர்களின் உடலின் மேல் இந்தச் சகதியை அழகு சாதனப் பொருட்களைப் போன்று பூசிக்கொள்கிறார்கள். அதுவும் அழகாக. நேர்த்தியாக. அவர்கள் உடலைப் போர்த்தியிருப்பது தோலா அல்லது சகதியா என்பதைப் பல சமயங்களில் தீண்டிப் பார்த்துக்கூடக் கண்டுபிடிக்க முடியாதளவிற்கு இறுகிப் போயிருக்கிறது. அதைச் சற்று நிமிண்டிப் பார்த்துச் சகதியை உரித்தெடுத்தால் மட்டுமே அவர்களின் நிஜ நிறம் கண்களுக்குப் புலப்படுகிறது. என்னை இதுவரையிலும் பார்த்ததில்லை என்கிற அவனுடைய முதல் பொய்யின் தோலை உரித்துவிட்டு, அவனது அடுத்த பொய்யான வேற்றுக்கிரகவாசி யார் என்கிற உண்மையைப் பகிர்கிறேன்.

வாஸ்தோ என்னை முதன்முதலாகச் சந்தித்ததாய்க் கூறிய நேற்றைய தினத்திலிருந்து சரியாகப் பன்னிரண்டு வருடம் ஆறுமாதம் நான்கு நாட்களுக்கு முன்பாக என்னை அவன் பார்த்தான். அன்றைய தினம் ஒரு பெருமழை தினம். இன்னுமொரு மூன்று மணி நேரத்திற்கு வான்நீர் நிலம் வீழ்ந்தால், நீர்நிலையெது நிலமெது, கடலெது கரையெது என்கிற வேறுபாட்டினை அறிய முடியாது போய்விடுமோ என்றளவிற்கான மாமழை. அந்த மாமழை பெய்த தினத்தில் நான் வீட்டிலிருந்து வெளிக்கிளம்புகையில், இத்தனை

பெரிய மாமழை நிகழ்வதற்கான எவ்வித அறிகுறியினையும் வானம் எனக்குக் காண்பித்திருக்கவில்லை. வீட்டிற்குத் திரும்புவது இனி ஆகாதெனும் தொலைவிற்கு நான் வந்த பிறகே மழை துவங்கியது. மழை மண் தொட்ட ஒற்றை விநாடியில் நான் தெப்பமாக நனைந்துவிட்டிருந்தேன். என் கையெட்டும் தூரத்தில் யாரேனும் நின்றிருந்தாலும் கூடத் தொட்டுணர்ந்து அறிந்து கொள்ளும் வகையில் மழை நீர் வானுக்கும் மண்ணுக்குமாய் சுவரெழுப்பியிருந்தது. அந்த நீர்ச்சுவற்றைக் கிழித்துக்கொண்டு மஞ்சள் நிற ஒளியொன்று தெரிய, விளக்கின் ஒளி தேடிப் பறக்கும் விட்டிலென அதை நோக்கி ஓடினேன். விட்டில்கள் அவ்விளக்கின் ஒளியில் தன் இறக்கைகள் சோர்ந்து, உதிர்ந்து போகுமளவிற்குப் பறந்து பறந்தே தன்னுயிரை மாய்த்துக் கொள்ளும். அவ்விட்டில்களைப் போன்று ஒளி தேடிச் சென்ற நானும் என்னுயிரை மாய்த்துக் கொண்டேன். உடலளவில் அல்ல. உணர்வளவில்.

வாஸ்தோவை அங்குதான் முதன்முதலாகப் பார்த்தேன். ஆறடிக்கும் சற்று அதிகமான உயரம். நாற்பத்தியிரண்டு அங்குலத்திற்கு விரிந்த தோள்களுக்கு முப்பது அங்குலத்திற்குக் குறுகிய இடுப்பு. அவனும் என்னைப் போலவே ஈரம் சொட்டச்சொட்ட நின்றிருந்தான். அவன் ஒரு முறை, ஒரேயொரு முறைதான் என்னைத் திரும்பிப் பார்த்தான். அவனது கருகமணி கண்ணின் பார்வை, மழையில் நனைந்து குளிரில் நடுங்கிக்கொண்டிருந்த என் உடலுக்குள் உஷ்ணக் காற்றாய் ஊடுருவியது. நான் என் தலையைக் கவிழ்த்துக் கொண்டேன்.

அன்றைய தினம் நாங்கள் இருவரும் ஒதுங்கியிருந்த அந்தக் கூடாரத்தில், நாங்கள் இருவரும் மட்டுமல்ல, இன்னும் சில ஆண்களும் மழையில் நனைந்தும் நனையாமலும் மழைக்கு ஒதுங்கி நின்றிருந்தார்கள். சில ஆண்கள் என்றதும் புரிந்து கொண்டிருப்பீர்கள். அங்கு மழைக்கு ஒதுங்கி நின்றதில் நான் மட்டுமே பெண். கவிழ்ந்த தலையோடு பார்வையைச் சுழலவிட்டேன். வாஸ்தோவைத் தவிர்த்து ஏனைய ஆண்கள் அனைவரும் என்னையே இல்லையில்லை என் உடலையே பார்ப்பதைப் போன்றிருந்தது. அங்கு நின்றிருந்த ஒவ்வொரு ஆணின் பார்வையும், ஈர உடை ஒட்டியிருந்த என் ஈர உடலின்

ஒவ்வொரு மயிர்க்கால்களிலும் ஊசியாய் இறங்கியது. அந்தக் கூட்டத்தில் ஒருவனின் பார்வை கதகதப்பையும், ஏனையோரின் பார்வை சுட்டெரிக்கவும் வைத்தது. கதகதப்பைத் தேடிய மனது வாஸ்தோவைப் பார்த்தது.

அவன் தன் விரிந்த முதுகை எனக்குக் காண்பித்தபடி நின்றிருந்தான். அந்நேரத்தில் மின்னலொன்று வெட்ட, அந்த ஒளியில் மழை நீர் சொட்டிக்கொண்டிருந்த அவனது ஈரத் தலைமுடியும் உடலும் பளபளவென மின்னியது. ஒரு கணம் அவனது உடல் கருநாகமொன்று படம் விரித்து நிற்பதைப் போன்று எனக்கொரு உளமயக்கத்தை உண்டாக்கியது. அந்தக் கணம் என்னைச் சுற்றியிருப்பவர்களின் பார்வை என் மனதிலிருந்து மறைந்தது. அவனையே ஊடுருவிப் பார்க்க ஆரம்பித்தேன். மழைத்துளிகளிடமிருந்து தன்னை விலக்கிக்கொள்ள அவன் மேற்கொண்ட ஒவ்வொரு உடலசைவும், பெட்டிக்குள் அடைபட்ட கருநாகமொன்று தனக்குள்ளேயே தன்னை ஒடுக்கிக் கொள்ளும் அசைவாகவே எனக்குத் தெரிந்தது.

பொதுவாகவே நாகங்கள் அழகானவை. அதிலும் கருநாகமென்பது பேரழகானது. ஒருவேளை அதை நெருங்கிச் செல்ல உள்ளுக்குள் உருவாகும் பயம் கூட அதைப் பேரழகானதாகச் சித்தரிக்கலாம் அல்லது இமைகளற்ற அதன் கருகமணிக் கண்களின் கூரான பார்வை கூட அதை அழகாய்த் தோன்றவைக்கலாம். என்னால் அவனைத் தொடராமல் இருக்க முடியவில்லை. அன்றிலிருந்து அவனைத் தொடர்ந்தபடியேதான் இருக்கிறேன்.

இத்தனை நேரமும் கதைசொல்லிக் கொண்டிருந்தவளின் பெயரை அவள் சொல்லவில்லை என்றாலும் அவள் பெயரென்ன என்பதை நான் சொல்கிறேன். அவள் பெயர் வாசுகி. இந்தக் கதையைச் சொல்ல ஆரம்பித்த வாஸ்தோவைப் பற்றியோ அல்லது அவன் கதையில் பாதியில் புகுந்து கதையைத் திசைமாற்றும் வாசுகியைப் பற்றியோ சொல்ல நான் இக்கதையின் நடுவில் ஊடுருவவில்லை. அவர்கள் இருவரில் யார் சரி யார் தவறு என்பது இந்தக் கதையை வாசிக்கும் உங்களுக்குத் தெளிவுறுத்தவே நான் வந்தேன். அவர்கள் இருவரையும் பற்றிய என்னுடைய மூன்றாவது பார்வையைப் பகிரும் முன்பாக, உங்களிடம் ஒரு

ரகசியம் கூறுகிறேன். அதை வாஸ்தோவிடம் சொல்லிவிடாதீர்கள். வாஸ்தோ தேடிக்கொண்டிருப்பது என்னைத்தான். ஆமாம் வாசுகியை கர்ப்பமுறச் செய்த காமுகன் நான்தான். அதாவது வாஸ்தோவின் மொழியிலேயே சொல்வதென்றால், அவன் தேடிக் கொண்டிருக்கும் அந்த வேற்றுக்கிரகவாசி வேறு யாருமல்ல. நான்தான்.

வாசுகி வாஸ்தோவை முதன்முதலாகச் சந்தித்ததாகக் கூறிய அன்று, நானும் அவர்கள் இருவரும் மழைக்கு ஒதுங்கிய இடத்தில் வாஸ்தோவின் கரிய நிழல் படிந்திருந்த இருட்டில்தான் சுருண்டு படுத்திருந்தேன். இருட்டில் நிற்பவர்களை இரண்டு வகையினராகப் பிரிக்கலாம். முதல் வகையினர் மறைந்திருப்பவர்கள். பிறரின் பார்வைக்குத் தங்கள் உருவம் தெரிந்துவிடக் கூடாதென நினைப்பவர்கள். அவர்களை யாரேனும் பார்த்தால் மட்டுமே அவர்கள் பதற்றத்திற்கு உள்ளாவார்கள். இரண்டாம் வகையினர், வெளிச்சத்திற்காக ஏங்குபவர்கள். தங்களின் மேல் வெளிச்சம் விழ வேண்டி இருளிள் காத்திருப்பவர்கள். ஒளியில் நிற்பவர்கள் மட்டுமே பார்வைக்கு வருகிறார்கள். வெளிச்சப்புள்ளியில் நிற்பவர்களைக் காண்கிற கண்களுக்கு இருளில் மறைந்திருக்கும் எங்களைப் போன்றோர் தெரிவதில்லை. நாங்கள் இருளினுள் இருப்பதால், வெளிச்சத்தில் நிற்பவர்களை மட்டுமல்ல, இருளில் நிற்பவர்களையும் கூடத் தெளிவாகப் பார்க்கிறோம்.

அன்றைய தினம் இந்த வாசுகி, வெளிச்சத்தில் நின்ற வாஸ்தோவைப் பார்த்தாள். அவனது நிழலில் பதுங்கியிருந்த என்னை அவள் கவனிக்கவில்லை. அவளது உடலில் மயிர்க் கூச்செறிய வைத்த பார்வை என்னுடைய பார்வைதான். என்னுடைய பார்வை மட்டும் தான். ஆனால் அவளோ அங்கே குழுமியிருந்த ஏனைய ஆண்களின் பார்வை என்று தப்பர்த்தமாகப் புரிந்துகொண்டிருக்கிறாள். அவளுக்கு என்னுடைய ஆழ்ந்த அனுதாபங்கள்.

வாஸ்தோவின் பார்வை தனக்கு கதகதப்பைக் கொடுத்ததாக அவள் கூறியிருக்கிறாள். அந்தக் கதகதப்பு உடலுக்கா அல்லது உள்ளத்திற்கா என்பதை அவள் சொல்லவில்லை. ஆனால் எனக்கோ அவளது ஈர உடலானது கிளர்ச்சியை உண்டாக்கியது. என்னை முதலில் கவர்ந்தது, குளிரில் தன்னிச்சையாய் நடுங்கிய அவளது இளஞ்சிவப்பு நிற ஈர உதடுகள். அதன்பிறகே என்னுடைய பார்வை கொஞ்சம் கொஞ்சமாய்க் கீழிறங்கியது.

எங்கள் ஆடை எங்கள் உரிமையெனக் கூக்குரலிடும் பெண்ணிய வாதிகளான பெண்களுக்கும், அதற்கு ஒத்திசைந்து பாட்டுப் பாடும் ஆண்களுக்கும் என் நன்றிகள். துப்பட்டா அணியாத அவளது உடை, மழையின் ஈரத்தில் கனமேறி அவள் உடலோடு ஒட்டியிருக்க, அவளது அங்கங்கள் நன்றாகப் பழுத்த மஞ்சள் எழுமிச்சையின் மேல் அங்கொன்றும் இங்கொன்றுமாய் தேங்கி நிற்கும் பனித்துளிகள் அல்லது நன்றாகக் கழுவிய பின் வழிந்தோடிய நீர் விட்டுச்சென்ற சுவடுகளாய்த் தேங்கி நிற்கும் நீர்த் துளிகளோடு இருக்கும் எலுமிச்சையைப் போல ஈரத்தில் தோய்ந்திருந்த அவளின் முலைகளிரண்டும் என் கண்களுக்குத் தெரிந்தன. அவள் அந்த முலைகளை அவளது ஈர ஆடையால் மறைத்திருந்த போதும்.

என் பார்வையின் ஊடுருவலை ஏனையோரின் பார்வையாக உணர்ந்தவள், தன் இருக்கைகளையும் குளிருக்கு இதமாக இருப்பதன் பொருட்டு என்பதாய் காட்டிக்கொள்ளும் வகையில் மார்போடு இறுக்கமாய்க் கட்டிக்கொண்டாள், ஆனால் பாவம் அவளுடைய பின்புற அழகை - உருண்டு திரண்டிருந்த அந்தப் பிருஷ்டத்தின் பளபளப்பைக் கவனிக்கத் தவறிவிட்டாள்.

★★★

அங்கிருந்த அத்தனை ஆண்களும் என்னுடலை நோட்டமிட, எனக்கு முதுகைக் காட்டிக்கொண்டு நின்றிருந்த வாஸ்தோவோ அந்தக் கனமழையையும் பொருட்படுத்தாமல் அங்கிருந்து கிளம்பிவிட்டான். அவனது அந்தக் கண்ணியம் எனக்குப் பிடித்திருந்தது. என் மனதிற்கு இதமளித்தவன் கிளம்பியதும், எனக்கும் அங்கே நிற்கப் பிடிக்காமல் நானும் கிளம்பிவிட்டேன், என்றாலும் என்றேனும் ஒருநாள் அவன் என்னைப் பார்ப்பான் என்கிற நம்பிக்கையில் அவனைத் தொடர ஆரம்பித்தேன். அவனது இன்னொரு நிழலாய்.

★★★

அத்தனை நேரமும் அவனது நிழலின் இருளில் நின்று அவள் அறியாது அவளை, அவளுடலை அணுஅணுவாக ரசித்துக் கொண்டிருக்கையிலேயே வாஸ்தோ அவ்விடம் விட்டு நகர்ந்தது நான் சற்றும் எதிர்பாராதது. சட்டென என்மீது படிந்திருந்த

அவனது கரிய நிழல் அகல, வெளிச்சம் என்மீது படர்ந்தது. அவள் என்னைப் பார்க்கும் முன்னம், வேறு எங்கேனும் போய் ஒளிந்துகொள்ளவேண்டி இருளைத் தேடினேன். ஆனால், நல்லவேளையாக வாஸ்தோ கிளம்பியதும் அவன் பின்னேயே அவளும் கிளம்பிவிட்டாள். என்றேனும் ஒருநாள் என் ஆசைத் தீர அவளுடலை என் நாவால் தீண்டி, என் உடலால் படர்ந்தேயாக வேண்டும் என்கிற கள்வெறியோடு அவளது நிழலாய் அவளை நானும் தொடரலானேன்.

வாசுகியின் கதையை வாசிக்கையில் அவள் காதலோடு அவனைப் பின்தொடர்ந்ததாக உங்களுக்குத் தோன்றியதா...? அல்லது தோன்றுகிறதா...? ஒருவேளை உங்களுக்கு அப்படி எதுவும் தோன்றவில்லை என்றாலும் கூடப் பிரச்சனையில்லை. ஏனெனில் இது நான் சொல்லும் கதையாகையால், நான் பார்த்ததை, என் பார்வையைச் சொல்ல மட்டுமே எனக்கு அனுமதி வழங்கப்பட்டிருக்கிறது.

அன்றைய தினம் மழையென்றும் பாராமல், அவன் பின்னேயே அவள் சென்றதும், எனக்கு அப்படிதான் தோன்றியது. ஒரு கணம் மற்றொருவனைக் காதலிக்கும் பெண்ணைப் பெண்டாள நினைப்பதாய் ஒரு சிறு குற்றவுணர்வு கூடத் தோன்றியது. பின் வெள்ளித்திரை தோன்றும் பெண் நடிகர்கள் வேறொருவரைக் காதலிக்கிறார் - கரம்பிடித்துவிட்டார் என்பதை அறிந்திருந்தும் அவரைக் கனவுக்கன்னியாக மாற்றி ஆரத்தழுவிக் கொள்வதில்லையா...! ஒருவேளை அதே நாயகி கைக்கிடைத்தால், நீ மாற்றான் காதலி; மனைவி என்று சொல்லி அவளை ஒதுக்கிவைக்கவா போகிறோம். ஒருவேளை இதை வாசிக்கும் வாசுகிகளான நீங்கள் அத்தனை நல்லவர்களாக இருக்கலாம். என்னளவில் அவளும் பெண்தான் இவளும் பெண்தான்.

வாசுகி, வாஸ்தோவை முதன்முதலாகச் சந்தித்ததிலிருந்து சரியாகப் பதின்மூன்று மாதங்கள் பதினேழாவது நாளில் அவளுக்கு அவன் மேலிருந்தது காதலல்ல காமமென்பதை நான் கண்டுகொண்டேன்.

வாஸ்தோவும் அவன் காதலியும் அவனுடைய பைக்கில் சென்று கொண்டிருந்தார்கள். வாஸ்தோவின் நிழலாய் வாசுகி தொடர, வாசுகியின் நிழலாய் நான் அவர்கள் இருவரையும் தொடர்ந்தேன். பைக்கை ஓட்டியபடியிருந்த வாஸ்தோ அவன் பின்னே

ஓவியம் போன்ற எழுத்துகளால் வரையப்பட்ட கோட்டோவியம்

அமர்ந்திருந்த அந்தப் பெண்ணிற்கு இதழ் முத்தம் கொடுத்தான். பைக்கில் சென்றபடியே இதழ் முத்தமென்றதும் அந்தப் பெண்ணின் இதழை அவன் இதழ் கொண்டு ஒற்றியெடுத்தானென நினைத்துக் கொள்ளாதீர்கள். அதுவொரு நீண்ட முத்தம்.

பைக்கை ஓட்டியபடியே நீண்ட முத்தமா என்கிற சந்தேகமெல்லாம் வேண்டாம். வெளிச்சத்தில் நிற்பவர்கள்தான் வேடதாரிகள். நான் இருண்ட உலகில் வாழ்பவன். அவன் அவளை முத்தமிட்ட கணத்தில் வாசுகியின் முகம் பார்த்தேன். அந்த முகத்தில் - அத்தனை நாளும் அழகு பொங்கி வழிந்த அந்த முகத்தில் - முதன்முறையாக அழுகல் வாடை வீசியதை நுகர்ந்தேன்.

★★★

வாஸ்தோ கண்ணியமானவனோ நாகரிகமானவனோ அல்ல என்பது எனக்குப் புரிய ஒரு வருடமாகியது. ஒரு வருட காலமாக அவனை நான் பின்தொடர்வதைக் கூடக் கவனியாதவனாய் அவன் சென்றது எனக்கு அவன்மேல் மதிப்பை இன்னும் அதிகமாகவே ஏற்றி வைத்திருந்தது. அவன் தன்னுடைய பைக்கின் பின்னே ஒரு பெண்ணை அமர வைத்தபொழுது கூட அவனை நான் தவறாக நினைக்கவில்லை. சாலை என்று கூடப் பாராமல், பைக்கை ஓட்டியபடிக்கே அவளுக்கு அவன் இதழ் முத்தம் கொடுத்தான். மற்ற ஆண்களைப் போலவேதான் இவனும் என்கிற உண்மை எனக்கு உறைத்தது. என் வானம் இருண்டது.

என் இருண்ட வானிலிருந்து கீழிறங்கிய முகில் துளிகள் நீராய் அல்லாமல் அமிலமாய் என் முகத்தில் விழுந்தது. அமிலத்துளிகள் என் தோல் தாண்டிச் சதை தாண்டி எலும்பு வரையிலும் ஊடுருவியது. இவன் எனக்கானவன். எனக்கு மட்டுமேயானவன். இவனை இன்னொருவளுக்கு விட்டுக் கொடுத்தல் என்பது என்னால் இயலாத காரியம். இதுவரையிலும் நான் பார்த்தறியாத கோரமுகமொன்றை என் நிலைக்கண்ணாடியில் கண்டேன்.

★★★

கரைப்பார் கரைத்தால் கல்லும் கரையும் என்று தமிழில் ஒரு சொலவடை அறிந்திருப்பீர்கள். அதே சொலவடையானது சீனாவில் ஓயாது சொட்டும் நீர் ஓட்டையாக்கிவிடும் பாறையை என்றும், அறிவியல்பூர்வமாக நிரூபிக்கும் பொருட்டு தமிழில்

எறும்பு ஊரக் கல்லும் தேயும் என்றும் சொல்லியிருக்கிறார்கள். வாசுகி கரைப்பாராக இல்லை. சீன தேசத்தின் மிகக் கொடூரமான சித்ரவதையான சொட்டு நீர் முறையை முதலில் கைக்கொண்டாள். தகுந்த இடைவெளியில் சொட்டுச் சொட்டாய் அவளைப் பற்றிய சிந்தனைகளை அவன் தலையில் சிந்தவிடுவதன் மூலமாக அவன் காதலித்த பெண் அவனோடு பேசுகையில், அவன் கவனத்தைச் சிதறடித்து அவன் மூளையைச் சிதைத்தாள். நாளடைவில் அவனுக்கும் அவளுக்குமிடையில் இது பூதாகரமாக வெடித்து, அவள் அவனை விட்டுப் பிரிய, துளி நீரிலிருந்து எறும்பாக மாறி அவனது மூளையை அரிக்க ஆரம்பித்தாள். அதாவது வாஸ்தோவின் செயல் எப்படி அமிலமாக மாறி வாசுகியின் எலும்பு வரையிலும் ஊடுருவியதோ அதற்குப் பிரதிபலனாக வாசுகி பொழிந்த இந்த அமிலமழையானது, அவனை எந்தவொரு இடத்திலும் நிம்மதியாக இருக்க விடாமல் செய்தது.

அவன் உறங்கச் செல்கையில் கனவாக, எழுந்து நடமாடுகையில் நினைவாக. ஒவ்வொரு நாளும் தன்னை யார் ஆட்கொண்டிருக்கிறார்கள் என்பதை அறியாமலேயே அவன் வாசுகியின் பிடியில் சிக்கியிருந்தான்.

வாசுகியின் இந்த நடவடிக்கை யாருக்கும் தெரியாமல் அவள் நிகழ்த்தும் விளையாட்டாக அவள் நினைத்திருந்தாள். ஆனால் அவளது நிழலில் அவளைத் தொடர்ந்து செல்லும் என்னை அறியாமல் அவள் எதுவும் செய்ய முடியாது என்பதை அவள் அறிந்திருக்கவில்லை. உடல் என்பது கூடலுக்கானது என்பதில் ஊறிப்போயிருந்த என் மனம், இனி அவளை எந்தவிதமான குற்றவுணர்வுமின்றித் தீண்டலாம் என்று குதூகலமடைந்தது.

★★★

அவன் அவசரமாய் எங்கேனும் செல்லும்போது, அதிலும் குறிப்பாக அவன் காதலித்த பெண்ணைப் பார்க்கச் செல்லும் போது, அவனது வேகத்தைத் தடைசெய்யும் விதமாக, அவன் செல்லும் பாதையில் கற்களாய் சிதறிக் கிடந்தேன், குழிகளாய் மாறி அந்தப் பாதையை இன்னும் கடினமாக்கினேன். சாலையோரம் ஒரு நாயைக் கொன்று அவனது பார்வையில் படும்படி போட்டேன். அவனது அவசரம் அவனை ஆத்திரம்கொள்ள வைத்தது. நாயின் சடலம் அவனைப் பரிதாபப்பட வைத்தது. மொத்தத்தில் அவன்

சாலையைச் சபிக்க ஆரம்பித்தான். அவன் காதலி அவனிடம் காதல் மொழி பேசுகையில், அவனோ கரடுமுரடான சாலையைப் பற்றிச் சிந்தித்தான்.

பால் பாத்திரம் அடுப்பில் இருக்கையில், சோப்பு சீப்பு வாங்குகிறீர்களா என்பதில் துவங்கி ஆண்மைக்குறைவுக்கு எங்களிடம் மருந்து இருக்கிறது என்பது வரையிலான கணினி அழைப்பின் வழியாக அவனை அலைபேசியில் தொடர்பு கொண்டேன். அவன் என் வார்த்தைகளுக்குச் செவி கொடுக்கும் அந்த நேரத்தில் அடுப்பிலிருக்கும் பால் பொங்கி அடுப்பில் வழிந்து போக வைத்தேன். என்னிடம் கடிந்துகொள்ள முடியாமையால் உண்டான ஆத்திரத்தை அவனது காதலியிடம் காட்ட வைத்தேன்.

காதலும் கானமும் காமமும் ஒருவனைக் கட்டிப்போடும் தன்மையைக் கொண்டது. அது அவன் மனத்தைச் சமநிலைப்படுத்தும். முதலில் காமத்திலிருந்த அவன் நினைவைக் குலைத்தேன். நீலப்படக் காட்சியில் வரும் பெண் நடிகரின் முகத்தில் அவன் காதலியின் முகம் தெரியும்படியாக வைத்தேன். ஆனால் கவனமாக அந்த ஆண் நடிகனின் முகத்தை மறைக்காமல் விட்டேன். காதலியின் மடியில் அவன் படுத்திருக்கையில், அந்த நீலப்பட நாயகியின் சாயலை அவள் முகத்தில் பார்க்க வைத்தேன். நீலப்படங்களைப் பார்ப்பதிலும், காதலியின் தீண்டலிலும் அவனை ஒன்றவிடாமல் செய்தேன். அவன் கேட்கும் கானங்களில் அவளுடைய நினைவுகளால் நிரப்பினேன். கானங்கள் காதலியை நினைவுறுத்தின - காதலி நீலப்பட நாயகியை நினைவுறுத்தினாள் - நீலப்படங்களோ அவளை வேறொருவருடன் அவள் உடலைப் பகிர்வதாய்த் தோன்றச் செய்தன.

சிங்கங்கள் வலிமை மிக்க மிருகம். அதை நேரடியாகத் தாக்கி வெற்றிகொள்ள முடியாத சிறிய உருவமான கழுதைப் புலிகளின் விளையாட்டை அவனோடு கைக்கொண்டேன். எனக்குக் கிடைத்த ஒவ்வொரு தருணத்திலும் அவனின் சமநிலையைக் குலைத்து அவனிடம் ஒரு இயலாமை எண்ணத்தைத் தோற்றுவித்தேன். விளைவு அந்த இயலாமை எண்ணம் அவனுள் கோபமாக உருத்திரண்டது. அந்தக் கோபம் அவனைச் சுற்றியிருப்பவர்களிடமிருந்து அவனைத் தனிமைப்படுத்தியது.

அந்தத் தனிமை அவனை எனக்கானவனாக மாற்றியது.

★★★

வாசுகிக்கு வாஸ்தோ தேவை. எனக்கோ வாசுகி தேவை. ஆனால் வாசுகியைப் போன்று நீர்த்துளியாகவோ எறும்பாகவோ கல்லாகவோ குழியாகவோ கணினிக் குரலாகவோ மண்ணாகவோ நாயாகவோ பூனையாகவோ என்னால் ஒருபொழுதும் உருமாற்றமடைய முடியாது. வாஸ்தோவின் நிழலாய் அவனை அவள் பின்தொடர்கையில் என்னால் அவளை நெருங்கவும் முடியாது. வாஸ்தோவின் நிழலிலிருந்து அவள் விலக வேண்டும். பாலைவன நாகங்கள் இரை தன்னைத் தேடி வரும் வரையிலும் பொறுமையாகக் காத்திருப்பதைப் போல வாசுகியின் நிழலில் நானும் காத்திருக்க வேண்டும்.

எனக்கான நாளிற்காக நானும் காத்திருந்தேன் அவள் நிழலின் நிழலாக. காத்திருப்புகள் எப்பொழுதுமே வீண் போய்விடுவதில்லை. ஒரு வாரம் முன்பாக ஒருநாள் வாஸ்தோவின் நிழல் விஸ்தீரணமடைந்தது. அவனது நிழலில் நின்றிருந்த வாசுகியின் நிழலும் அவனின் நிழலில் கலந்தது. நான் எதிர்பார்த்துக் காத்திருந்த இருள் எங்கள் இருவரையும் முழுமையாக ஆக்கிரமித்தது. என் உருவை அவளிடம் வெளிக் காண்பித்தேன்.

★★★

வாஸ்தோ என் முழுக்கட்டுப்பாட்டில் வந்துவிட்டான் என்கிற ஆனந்தத்தில் நான் சற்றுக் கண்ணயர்ந்து விட்டேன். என்னைச் சுற்றி இருள் சூழ்ந்திருந்தது. வாஸ்தோ நின்றிருந்த இடத்தில் கரிய நிறத்தில் அரவமொன்று சுருண்டிருந்ததைப் பார்த்தேன். இமைகளற்ற அதன் கருகமணி விழிகள் என்னை உற்றுப் பார்த்தபடியிருந்ததை அந்த இருளிலும் என்னால் மிகத் தெளிவாகப் பார்க்க முடிந்தது.

வாசுகி என்னைப் பார்த்துவிட்டது. நான் வாசுகியைத் தீண்ட வேண்டும். நான் வாசுகியைத் தீண்ட வேண்டுமென்றால், வாசுகி நான் தீண்டும் தூரத்திற்கு என்னை நெருங்கி வரவேண்டும். வாசுகியின் உடலில் அசைவில்லை. என் உடலோடு என் உடலை உரசுவதன் மூலம் ஒரு உராய்வு சப்தத்தை எழுப்பி, அவள் ஈர்க்க முடிவு செய்து என் உடலோடு என் உடலை உராய ஆரம்பித்தேன்.

அது அரவு தான் என்பது எனக்கு விளங்கிவிட்டது. அது தன் உடலை உள்ளொடுக்குவதன் மூலம் என்னைத் தாக்க தயாராகிவிட்டது என்பது புரிந்தது. அரவின் அசைவை அறிந்து கொள்ள வேண்டுமெனில் நானும் ஒரு அரவானால் மட்டுமே சாத்தியம். முதற்கட்டமாக நான் என் கண்களின் மேலிமைகளை அறுத்தெறிந்துவிட்டு அதன் உருவத்தை ஊடுருவத் துவங்கினேன்.

வாசுகி என்னோடு மோதத் தயாராகிவிட்டது எனக்குப் புரிந்து போனது. உடலோடு ஒட்டிவைத்திருந்த தலையைத் தூக்கி நானும் எச்சரிக்கையோடு தயாரானேன்.

என் முன்னே தலை தூக்கி நிற்பது தன் துளி உமிழ்நீரால் நன்கு வளர்ந்த யானையையே சாய்த்துவிடும் வல்லபம் கொண்ட ராஜநாகம் என்பது தெரிந்தது. ஆறடி உயரத்திற்கு அது என் முன் எழுந்து நின்றது. அதன் பார்வை முதல்முறையாக வாஸ்தோவைக் கண்ட அந்த நாளில் என் உடல் கூசியதைப் போன்று கூச வைத்தது. எனில் அன்று என்னுடலைக் கூச வைத்த பார்வை வாஸ்தோவினுடையதா...!

வாசுகி என்னைப் பார்த்து எச்சரிக்கையடைந்துவிட்டது. கல்லாக மண்ணாக ஏன் கணினியின் குரலாகக் கூட உருமாறத் தெரிந்த வாசுகி இனி என்னைப் போல உருவமெடுக்கப்போகிறது. நல்லது.

ராஜநாகங்கள் அபாயகரமானவை அல்ல. இன்றுவரையிலும் ராஜநாகம் தீண்டி மனித உயிரிகள் இறந்ததாய் எங்குமே தகவல்கள் இல்லை. என் காதுகளில் அசரீரியாய் ஒரு குரல் ஒலிக்கிறது. நான் என் முன்னே படமெடுத்து நிற்கும் ராஜநாகத்தை நெருங்குகிறேன்.

என் திட்டம் நிறைவேறுகிறது. வாசுகி என்னை நெருங்கி வருகிறது. ‘வா வந்து என்னைத் தீண்டு. வா.’

ராஜநாகத்தின் தோல் பளபளப்பு என்னை ஈர்க்கிறது. என்னால் என்னைக் கட்டுப்படுத்த முடியவில்லை. நான் சாவி கொடுக்கப்பட்ட பொம்மையாய் அதை நெருங்குகிறேன். வாஸ்தோவின் சாவி என் கையிலென நினைத்திருந்தேன். இப்பொழுது என்னுடைய சாவி இந்த ராஜநாகத்தின் கைகளிலா...!

“பயப்படாதே என் அருகில் வா” என் தலைக்குள் அதன் குரல் ஒலிக்கிறது.

"எனக்கு உன்னோடு பயமில்லை" நானும் அதற்கு என் வாயைத் திறந்து பதிலளிக்கிறேன்.

"என் விடம் உன்னை ஒன்றும் செய்யாது" மீண்டும் அதன் குரல் என் தலைக்குள்.

"அது உன் உமிழ்நீர். உன் உமிழ்நீர் விஷமென்றால், என் உமிழ்நீரிலும் உன்னைக் கொல்லும் விஷமிருக்கிறது" நான் தன்னிச்சையாக அதனோடு பேச ஆரம்பித்துவிட்டேன்.

அந்த ராஜநாகம் என் இதழ் கவ்வியது. வாஸ்தோ அவன் காதலிக்குக் கொடுத்ததைப் போன்ற ஒரு நீண்ட முத்தமாக அது இருந்தது. என் இதழைக் கவ்வியபடியே அது என் உடலைச் சுற்றியது. அதன் வளைவு நெளிவுகளுக்கேற்ப என்னுடலும் வளைந்து கொடுத்தது. தரை தொட்டிருந்த எங்களின் பாதம் எங்கள் இருவரின் உடல்வலுவைத் தாங்கமுடியாது தவிக்க, நாங்கள் இருவரும் ஒருசேரத் தரை விழுந்தோம்.

வாஸ்தோ வேறு அவன் நிழல் வேறல்ல. அவன் நிழலுருவம் இது. வாஸ்தோவை மீண்டும் என் கட்டுப்பாட்டில் கொண்டுவர வேண்டுமென்றால், இந்த நிழலுருவத்தை என் கட்டுப்பாட்டில் கொண்டு வரவேண்டும். என்னைப் பிணைத்திருந்த அந்த ராஜநாகத்தை என்னோடு நானும் மிக மூர்க்கமாக பிணைத்துக் கொண்டேன். யார் வலியவர் என்கிற போராட்டம் எங்களுள் துவங்கியது. இருவரும் தரையில் உருள ஆரம்பித்தோம்.

ஒரு வாரம் பத்து நாட்களாக அந்தச் சூழிப்பெண்ணின் முகம் என் தலைக்குள், எப்படி மண்புழுக்கள் மண்ணை இல்லையில்லை அது சரியாய் இல்லை. புழு உருவாகியிருக்கும் உடற்புண்ணில், அந்தப் புழுக்கள் எப்படி உள்ளும் புறமுமாய் சதை துளைத்து தன் உணவாய் உடற்சதையைத் தின்குமோ அப்படியான ஒரு வேதனையை எனக்குள் உண்டாக்கியிருந்தது. உண்ணும் உணவில் துவங்கி உறங்குகையில் கனவாகவும் அவள் முகம் என் நினைவுகளில் நிலைகொண்டுவிட்டது.

ஒருசில சமயங்களில் யாரென்றே தெரியாத ஒருவளுக்காக இத்தனை மனவேதனையும் மன உளைச்சலையும் அனுபவிக்கத்தான்

வேண்டுமா என்று கூடத் தோன்றியது. அவள் முகத்தை ஒதுக்கிவிட முயற்சிக்கையில் அவள் வயிற்றிலிருக்கும் சிசு - அந்த முகமறியா சிசுவின் நினைப்பு வந்து என்னை ஆட்கொண்டு விடுகிறது.

நேற்று இரவு என் தலைக்கு மேல் சுழலும் மின்விசிறியைப் பார்த்தபடியே படுத்திருந்தேன். சட்டெனச் சுழலும் மின்விசிறியின் மத்தியில் அவளது முகம் கர்ப்பம் தரித்திருந்த மோனலிசாவின் விரக்திப் புன்னகை முகமாய்த் தெரிந்தது. அந்தப் பெண் என்னைப் பார்த்துத் தன் கையறு நிலையை நினைத்து விரக்தியாய் புன்னகைக்கிறாளா...! அல்லது அல்லது உன்னால் இதைக் கூடக் கண்டறிய முடியவில்லையே என்று என் இயலாமையைப் பார்த்து ஏளனமாய் புன்னகைக்கிறாளா...! அந்தப் பெண்ணின் பூடகப் புன்னகை என்னிடம் என்ன சொல்ல விளைகிறது...? உன்னால் முடியாது என்று என்னை மட்டம் தட்டும் புன்னகையா அது...?

நான் ஏன் இப்படி ஒன்றிற்கும் உதவாதவனாக இருக்கிறேன் என்று எனக்கு என் மீதே ஆத்திரம் ஆத்திரமாக வர ஆரம்பித்தது. இயலாமையின் வெளிப்பாடு என்பதுதானே கோபம். கோபம் என் கண்களை மறைக்க அருகிலிருந்த சுவரில் பலம் கொண்ட மட்டும் குத்தினேன். முஷ்டியின் வலியில் அவள் முகத்தை - அந்த முகத்திலிருந்த ஏளனத்தை மறக்க நினைத்தேன். முஷ்டியின் வலி அதிகரித்ததைப் போலவே என்னுள் உருவாகியிருந்த கோபமும் அந்தப் பெண்ணின் முகத்துள்ளியமும் அதிகரித்தது. அந்தப் பெண்ணின் முகத்தில் கரியைப் பூசுவதைப் போல என்னை யாரென்று அவளுக்கு நான் நிரூபித்தாகவேண்டும். மனதினுள் தீர்க்கமாக நினைத்துக் கொண்டேன்.

தூங்கி எழுந்தால் மனதிலிருக்கும் வேகம் சற்று மட்டுப்பட்டுவிடும் என்பதால் இரவு முழுக்கத் தூங்காமல் விழித்திருந்தேன். நேரம் செல்லச் செல்ல பாதம் தீண்டிய அரவின் விஷம் தலைக்கு ஏறுவதைப் போல என்னுடைய ஆத்திரமும் கோபமும் நிதானமாகத் தலைக்கு ஏறி அங்கே குடியேறியது.

பொழுது விடிந்ததும் அவளைத் தேடி நான் செல்ல வேண்டிய அவசியமேயின்றி அவளே என்னைத் தேடி வந்து நின்றாள். நேற்றிரவு நான் பார்த்த அதே மோனலிசா புன்னகையோடு. கற்பனையில் பார்த்ததை விடவும் நேரில் பார்க்கையில் அந்தப்

புன்னகை இன்னும் குரூரமாய் எனக்குத் தெரிந்தது. பசித்தலையும் மிருகத்தின் வேட்கையோடு அவளை நெருங்கினேன். ஆனால் அவளோ எந்தவொரு பாவமாற்றமுமின்றி என்னை அதே புன்னகையோடு வரவேற்றாள்.

முதலில் அவளது ஆடையைக் களைந்து அவளை அம்மணமாக்கினேன். தன் கனத்த தொந்தி சரிய என் முன்னே நின்றவள் முகத்தைப் பார்த்தேன். அவளது முகத்தில் அதே புன்னகை. இவ்வளவுதானா நீ...?!?!?!

“உன்னைப் புணர்ந்தவன் யாரென உனக்குத் தெரியாது. என்னை நீ ஏளனமாகப் பார்க்கிறாயா...?” என் நாசியிலிருந்து புஸ் புஸ்ஸென வெளியான உஷ்ணக்காற்று அவள் உடலைத் தீண்டியது.

“என்னை நீ புணர்ந்த அன்று இதே உஷ்ண மூச்சைத்தான் நான் உணர்ந்தேன்” புன்னகை மாறா உதட்டிலிருந்து வெளிவந்த அவளின் குரல் என் மூளையைத் தாக்கியது.

“என்ன நானா...?” நான் சற்றுத் தடுமாறினேன். என் கைவிரல்கள் நடுங்கியது கோபத்திலா அல்லது என்மீது விழுந்த வீண்பழிச் சொல்லின் ஆத்திரத்திலா என்பது புரியாமல் அதிர்ச்சியில் நின்றேன்.

“முகமறியா இருளில் ஒருவன் தன்னைப் புணர்ந்தாலும், அவனின் உடல் நாற்றமும், அவன் மூச்சுக்காற்றும், அவன் தீண்டலின் தண்மையையும் அந்தப் பெண் அறிவாள். உன் மூச்சுக் காற்றும் உடல் நாற்றமும் அதை ஊர்ஜிதப்படுத்திவிட்டது. இனி மிச்சமிருப்பது உன்னுடைய தீண்டல் மட்டுமே. வா வந்து என்னைத் தீண்டு.”

என்னுடல் வியர்த்து ஒழுகியது. “இல்லை நான் இல்லை” நான் அவசர அவசரமாக இடவலமாய் தலையாட்டினேன்.

“அது நீயா இல்லையா என்பதை உன் தீண்டல்தான் இனி முடிவு செய்யும்” என்றபடியே என்னருகில் வந்தவளின் பானைவயிறு என் ஒட்டிய வயிற்றை அழுத்த, என் வலக்கையைப் பிடித்து அதை அவள் பிறப்புறுப்பிலும், இடக்கையால் அவள் கழுத்தைச் சுற்றி தோளிலும் போட்டுக் கொண்டு, என்னுடல் வியர்வையைத் தன் நாவால் சுவைத்தாள்.

"நீ உன் உத்தம வேடத்தைக் கலைக்கும் நேரம் வந்துவிட்டது வாஸ்தோ. என் வயிற்றில் வளரும் சிசுவின் தந்தை நீதான்" என்றாள் என் காதோடு. ராஜநாகத்தின் ஈரமூச்சில் கூட விஷம் கலந்திருப்பதைப் போல, அவளது மூச்சுக்காற்றிலிருந்த விடத்தின் நெடி என் மூளையைத் தாக்கியது. என்னுள் தடுமாறிக் கொண்டிருந்த வேட்டை மிருகம் மீண்டும் உயிர் கொண்டது.

"உன்னைப் புணர்ந்தது நானா அல்லது வேறு எவரேனும் ஒருத்தனா என்பதை, உன் வயிற்றிலிருக்கும் குழந்தை முடிவு செய்யட்டும்." ஈரத்தின் பிசுபிசுப்போடிருந்த அவளது பிறப்புறுப்பின் உள்ளே என் கையை நுழைத்து, அங்கே வெளிவரக் காத்திருந்த குழவியின் உடல்பற்றி வெளியிழுத்தேன்.

நிணத்தின் ஈரத்தோடு என் கை வந்த அந்தக் குழவியின் உடல் ஒரு பிண்டமாய் இருந்தது. ஆமாம். அதன் தலை எங்கே கால் எங்கே கை எங்கே என்பதைத் தேடவேண்டிய பிண்டமாய் அல்லது அனைத்தையும் நானே உருவாக்கிக் கொள்ள வேண்டிய களிமண் உருண்டையாய் அது என் கையில் இருந்தது.

ஆணா பெண்ணா என்று கூடக் கண்டறிய முடியாத அந்தப் பிரதியின் தொப்புள் கொடி மட்டும் நீண்டு சென்றது. அந்தத் தொப்புள் கொடியை என் பார்வை தொடர அங்கே ஓர் விருட்சம் வீசுகின்ற காற்றிற்கேற்ப தன் தலையை நிதானமாக அசைத்தபடி இருந்தது. மோனலிசாவின் சாயலில்.

ஓவியம் போன்ற எழுத்துகளால் வரையப்பட்ட கோட்டோவியம்

தரை ஓடு பதிக்கப்பட்ட மொட்டைமாடியின் தரையில் புகைத்து முடித்திருந்த வில்லைசைக் கீழே போட்டுக் காலால் நசுக்கி, நெஞ்சில் எஞ்சியிருந்த புகையையும் ஊதிவிட்டு என்னுடைய அறைக்குள் நான் நுழைந்தபொழுது, 'லீன்' பால் தன்னுடைய மூக்குக்கண்ணாடியை ஒரு சிறு துணியால் துடைத்துக்கொண்டு அமர்ந்திருப்பதைப் பார்த்தேன். என் காலடிச் சத்தம் கேட்டு அவனும் தன் தலைநிமிர்த்தி என்னைப் பார்த்தான். அப்படி அவன் தன் தலைநிமிர்த்தி என்னைப் பார்க்கையிலும் கூட அவனது தலை மட்டுமே நிமிர்ந்ததேயன்றி அவனுடைய கைகள் அதனுடைய வேலையைத் தொடர்ந்தபடிக்கே தான் இருந்தன. அவன் முன்னே சற்று முன் நான் எழுத ஆரம்பித்திருந்த கதையின் கையெழுத்துப் பிரதி நேர்த்தியான முறையில் அடுக்கி வைக்கப்பட்டிருந்தது. நான் அவனிடம் எதுவுமே பேசாமல் என்னுடைய சுழல் நாற்காலியில் சென்று அமர்ந்துகொண்டேன்.

மூக்குக்கண்ணாடியைத் துடைத்து முடித்தவன், அதைக் கண்ணில் மாட்டிக்கொள்ளும் முன்பு, கண்களுக்கு நேராகச் சற்றுத் தள்ளி வைத்துக் கண்ணாடியில் ஏதேனும் அழுக்கு ஒட்டியிருக்கிறதா எனச் சோதிப்பதைப் போலப் பார்த்துக்கொண்டான். கண்ணாடியின் சுத்தத்தில் திருப்தி வராதவனைப் போன்று

ஓவியம் போன்ற எழுத்துகளால் வரையப்பட்ட கோட்டோவியம்

மறுபடியும் ஒருமுறை தன் கையிலிருந்த துணியைக் கொண்டு துடைத்துவிட்டு, மீண்டும் ஒருமுறை கண்களுக்கு முன்னால் நீட்டி அதன் சுத்தத்தை சரிபார்த்துத் திருப்தியடைந்தவனாக, அந்தக் கண்ணாடியைக் கண்களில் மாட்டிக் கொண்டான். அதன்பின் தன் கையிலிருந்த துண்டுத் துணியை நேர்த்தியாக மடித்து அவனது மூக்குக்கண்ணாடிக்கான பேழையில் வைத்து மூடியவன், என்னுடைய கையெழுத்துப் பிரதியைக் கையில் எடுத்துக்கொண்டு அவனுடைய நாற்காலியில் சற்று சாய்ந்து அமர்ந்தான்.

'லீன்' பால் எப்பொழுதுமே எனக்கு ஆச்சரியமளிப்பவன். அவன் செய்யும் ஒவ்வொரு செயலிலும் ஒரு செய்நேர்த்தியை வைத்திருப்பான். செயல் என்று இல்லை அவனுடைய சிந்தனைகளிலுமே ஒரு நேர்த்தியான நேரடியான தன்மை இருக்கும். நான் அவனுடைய முகத்தைப் பார்த்தபடியே அமர்ந்திருந்தேன். ஆனால் அவனோ அவன் கையிலிருந்த என்னுடைய கையெழுத்துப் பிரதியிலிருந்து கண்களை அங்குமிங்கும் நகர்த்தாமல் உட்கார்ந்திருந்தான். படித்து முடித்துவிட்டதன் அடையாளமாய், முதல் பக்கத்தை எடுத்து மேஜையின் மீது வைத்துவிட்டு, இரண்டாவது பக்கத்தை வாசிக்கத் துவங்கிய இரண்டாவது நொடியில் அவனுடைய கண்கள் சற்று அகலமாக விரிந்தது. அவனது கூரான மூக்கின் சரிவில் சற்று கீழிறங்கியிருந்த தன்னுடைய மூக்குக்கண்ணாடியை இடது கையின் நடுவிரலால் தள்ளிக் கண்ணோடு நெருக்கமாக்கிக் கொண்டான். இரண்டாவது பக்கத்தில் நான் எழுதிய ஏதோவொரு வரி அவனை ஈர்த்திருக்கிறது என்பதாக நினைத்துக் கொண்டேன். அவன் முகத்திலிருந்த தீவிரம் சற்றுக் குறைந்து இயல்பானது. மீண்டும் அடுத்திருந்த இரண்டு பக்கங்களை முழுவதுமாகப் படித்துவிட்டு, கடைசிப் பக்கத்தின் பின்புறம் திருப்பிப் பார்த்தான். பின் ஏற்கெனவே படித்து முடித்திருந்த பக்கங்களின் மறுபுறத்தைத் திருப்பிப் பார்த்துவிட்டு என்னை நிமிர்ந்து பார்த்தான். 'என்ன தேடுகிறாய்' என்பது தொனிக்கும் விதமாகப் புருவம் உயர்த்தி அவனை ஏறிட்டுப் பார்த்தேன்.

"மீதமிருக்கும் கதைகளை எங்கேயெனத் தேடுகிறேன்" என்றான்.

"இதுவரை தான் எழுதியிருக்கிறேன்...!"

"மேற்கொண்டு ஏன் எழுதவில்லை."

"எழுதத் தோன்றவில்லை."

"ஏன்?"

"ஏன் எழுதவேண்டுமென்று தோன்றிவிட்டது."

"அதுதான் ஏன் என்று கேட்கிறேன்."

"வாசகன் இல்லாமல் வாசகங்கள் மட்டும் தனித்துலாவுவதால் யாருக்கு என்ன பிரயோஜனம் என்று தோன்றிவிட்டது."

லீன் பால் எதுவுமே பதில் பேசாமல், வீட்டின் வெளியே பார்த்தான் - அவன் பார்வை பார்த்த வெளியை நானும் பார்த்தேன் - கறுப்பும் வெள்ளையுமாய் ஒரு நாய் தண்ணீர் போத்தலோடு விளையாடிக்கொண்டிருந்தது. அவன் அந்த நாயைப் பார்த்தபடியே அமர்ந்திருந்தான் - நான் அவனைப் பார்த்தபடியே அமர்ந்திருந்தேன். என்னை ஏன் பார்க்கிறாய் அந்த நாயைப் பார் என்றான். மீண்டும் அந்த நாயைப் பார்த்தேன் - அது அந்தத் தண்ணீர் போத்தலைத் தன் முன்னங்கால்களால் அழுத்திப் பிடித்துக் கொள்வதும், வாயால் அந்தப் போத்தலைக் கடிப்பதுமாக இருந்தது - ஒவ்வொரு முறை அந்தப் போத்தலை அது காலால் அழுத்துகையிலும், வாயால் கடிக்கையிலும் போத்தல் நசுங்கி சத்தம் எழுப்பியபடிக்கு இருந்தது. போத்தல் நசுங்கி சத்தம் எழ எழ - அது இன்னும் உத்வேகத்தோடு அதைத் தன் வாயால் கடித்து - தலை உதறி - போத்தல் தூரமாய் போய் விழ - மீண்டும் ஓடிச்சென்று அந்தப் போத்தலைக் கடித்து - தலை உதறி - காலால் மிதித்து - போத்தலின் சப்தம் அதிகமாக - அதன் வேகமும் அதிகமாக - போத்தல் நசுங்கி அதன் சப்தம் குறைய - அதன் வேகமும் குறைய - மீண்டும் அது அந்தப் போத்தலை வாயால் கவ்வி - அவ்விடத்திலேயே அமர்ந்து - முன்னங்கால்களால் அதைப் பற்றி - பற்களால் கடித்து - என்ன செய்கிறதெனக் கேட்டான் லீன் பால். தண்ணீர் போத்தலோடு விளையாடுகிறது என்றேன். எதுவுமே பேசாமல் - அவனது பற்கள் கூட வெளித்தெரியாமல் - இடதுபுற வாய் சற்று மேலேற புன்னகைத்தான் - ஏன் என்பதாய் அவனைப் பார்த்தேன் - தொண்டையைச் செருமிக் கொண்டான் - தன்னுடைய ஸ்லிங்க் பேகிலிருந்து அவனது பைப் மற்றும் அதற்கான புகையிலையை

எடுத்து மேஜையின் மேல் வைத்தான் - வழக்கத்திற்கு மாறாக அவனுடைய புகையிலை ப்ராண்ட் மாறியிருந்ததைப் பார்த்தேன் - என்ன பார்க்கிறாயெனக் கேட்பதைப் போல அவனது தலையைக் கீழிருந்து மேலாக ஒருமுறை உயர்த்தினான் - 'இண்டிபெண்டன்ஸ்' எங்கேயெனக் கேட்டேன் - 'மிட்நைட் ரைட்' தான் கிடைத்தது என்றான். மிட்நைட் ரைட் - இண்டிபெண்டன்ஸ் பெயர் பொருத்தம் அருமை என்றேன். மீண்டும் கோணல் உதட்டுப் புன்னகை அவனிடமிருந்து என்னைப் பார்க்காமலேயே. அவன் துவங்கிய வேலையை முடிக்கும் வரையிலும் அவனது கவனம் வேறெங்கும் செல்லாது என்பதால், நான் பொறுமையோடு அவனைப் பார்க்க ஆரம்பித்தேன்.

அவன் ஆட்காட்டி மற்றும் பெருவிரலால் புகையிலையை எடுத்தான். அதைப் பைப்பினுள் வைத்து, ஆட்காட்டி விரலால் மெலிதான அழுத்தம் கொடுத்தான். அதன்பின் மீண்டும் அதே இருவிரல்களால் புகையிலையை எடுத்து அதன் மேல் வைத்து, ஆட்காட்டி விரலின் நுனியால் சற்று அழுத்தம் கொடுத்தான். அதன்பின் மீண்டும் இரு விரல்களால் புகையிலையை எடுத்து, மீண்டும் அந்தப் பைப்பில் வைத்துப் பெருவிரலால் அழுத்தினான். அதன்பின் மீண்டும் சிறிதளவு புகையிலையை எடுத்துப் பைப்பில் நிரம்பியிருந்த புகையிலைத் துகளின் மேல் வைத்துச் சிறு அழுத்தம் கொடுத்து நிரப்பினான். கத்தரிக்கப்படாத மீசை தாடி மயிரைப் போல பைப்பில் அங்கொன்றும் இங்கொன்றுமாய் புகையிலைகள் குத்திட்டு நின்றன. பைப்பை வாயில் வைத்துத் தீக்குச்சி ஒன்றை உரசி, புகையிலையின் மேல் காண்பித்தான். குத்திட்டு நின்ற புகையிலைகள் ஒவ்வொன்றும் - அதன் மேல் சில மில்லிமீட்டர் உயரத்திலிருந்த நெருப்பால் கவரப்பட்டு - கறுத்து - சிறுத்து - புகைய ஆரம்பித்து - சிவப்புக் கனலாகி - தான் பற்றிய நெருப்பைத் தன்னைத் தாங்கி நிற்கும் - தான் காலூன்றி - வேரூன்றி நிற்கும் புகையிலை நிலத்திற்குக் கடத்தின. லீன் பாலின் வாயிலிருந்து புகை கொஞ்சம் கொஞ்சமாக வெளியேற ஆரம்பித்தது. அவன் விரல்களால் பற்றியிருந்த தீக்குச்சியும் தன்னுடைய இறுதிக் கட்டத்திற்கு வந்திருக்க, அதை ஊதி அணைத்து என் மேஜையிலிருந்த சாம்பல் கிண்ணத்தினுள் போட்டான். வாயிலிருந்த பைப்பை எடுக்காமல் ஒருமுறை புகையை இழுத்து வெளியிட்டான். அறையெங்கும் மெல்லியதாக ஏலக்காயின் மணம் கமழ ஆரம்பித்தது.

“ஸோ அந்த டாக் வாட்டர் பாட்டிலோடு விளையாடுது அப்படிதானே” பேச்சை அவன் ஆரம்பித்தான். அவன் குரலிலிருந்த அழுத்தம் என்னைச் சற்றுத் திக்குமுக்காட வைத்தது. அதனால் தனிந்த குரலில், “அப்படித்தான் தோணுது” என்றேன். பதிலெதுவும் பேசாமல் ஒருமுறை பைப்பை வாயில் வைத்துப் புகையை இழுத்து ஊதினான். “அது அந்தப் பாட்டில்ல இருக்கிற தண்ணியைக் குடிக்கப் போராடுது” என்றான். மீண்டும் அந்த நாயைப் பார்த்தேன். சற்றுமுன் அது கடித்து விளையாடியதால் தன்னுருவை மொத்தமாக இழந்து கசங்கிப்போயிருந்த அந்த பிளாஸ்டிக் போத்தல் ஒருபக்கம் கிடக்க, அந்த நாயோ அந்தப் போத்தலைப் பார்த்தபடிக்கு தரையோடு தலைவைத்துப் படுத்திருந்தது.

“ஒருவேளை நீ சொல்வதைப் போல அது அந்தப் போத்தலோடு விளையாடக் கூடச் செய்திருக்கலாம். ஆனால் அது உனக்காகவும் எனக்காகவுமா அந்தப் போத்தலோடு உறவாடுகிறது” லீன் பாலிடமிருந்து நிதானமாக வார்த்தைகள் வெளிவந்தது. இல்லையென்பதாய் தலையாட்டினேன். “உனக்கும் எனக்குமான அறிமுகம் எப்படி நிகழ்ந்தது என்பது உனக்கு நினைவிருக்கிறதா…?” எனக் கேட்டான். ஆமாம் என்று அவனிடம் சொல்லும்பொழுதே என்னுடைய நினைவுகள் பின்னோக்கி நகர்ந்தன.

அந்நியன் படம் வெளிவந்த நேரம். ஊருக்குள் ஒவ்வொருவரும் ‘சியான்’ விக்ரமைப் போலத் தலைமுடியை வளர்க்க ஆரம்பித்திருந்தார்கள். ஆனால் நானோ அதற்கும் முன்னமே போனி டெயில் போட்டுக்கொள்ளும் ஆசையில் மயிரை வளர்க்க ஆரம்பித்திருந்தேன். அந்நியன் திரைப்படம் வெளிவரும் வரையிலும், நான் தலைமுடி வளர்ப்பதைப் பலவாறாகத் தூற்றிக் கொண்டிருந்த கூட்டம் அந்தப் படம் வெளியானதும், “என்ன அந்நியன் ஹேர்ஸ்டைலா” என்று கேட்க ஆரம்பித்திருந்தது. எனக்கே எனக்காக நான் வளர்க்கும் முடிக்கு இன்னொருவனின் சாயல் பூசப்படுகிறது என்றதும் தோள் வரையிலும் வளர்த்திருந்த முடியை ‘ஸ்பைக்’ ஸ்டைலுக்கு மாற்றிவிட்டு, அலுவலகத்தினுள் நுழைந்த அன்றைய தினம்தான் பாலை முதன்முதலாகச் சந்தித்தேன். நான் ஸ்பைக்கோடு அமர்ந்திருக்க அவனோ ‘மோஹெக்’கோடு வந்திருந்தான். இருவரும் ஒருவரை ஒருவர் பார்த்துக்கொண்டோம். அறிமுகம் இல்லையென்றாலும்

ஒருவரையொருவர் பார்த்துப் புன்னகைத்துக் கொண்டோம். அன்றைய ஒற்றை நொடி சந்திப்பிலேயே ஏனோ அவனது முகம் என்னுடைய மனத்தினுள் வெகுவாகப் பதிந்துவிட்டிருந்தது. அடுத்து சில மாதங்கள் அவனை நானும், என்னை அவனும் சந்தித்துக்கொள்வதற்கான சூழல் அமையவில்லை. அதே நேரம் ஊருக்குள் அந்நியனின் மோகமும் குறைந்திருக்க, நான் மீண்டும் தலைமுடியை வளர்க்க ஆரம்பித்திருந்தேன். ஸ்பைக் வைத்துக் கொள்வதற்கு முன்பு நான் வளர்த்திருந்த வரையிலும் என் தலைமுடி வளர்ந்திருக்கவில்லை என்றாலும் கூட ஓரளவிற்கு முன்பக்க முடி மேலுதட்டைத் தொடும் வரையிலும், பின்பக்க முடி கழுத்தை மறைக்கும் அளவிற்கு வளர்ந்திருந்தது. இப்பொழுது மீண்டும் பால் என் அலுவலகம் வந்தான். அவனும் தலையில் மயிரை வளர்த்திருந்தான். என்னைவிடவும் சற்றுக் கூடுதலாக. இம்முறை அவன் செவ்வகவடிவ ஃப்ரேம்லெஸ் கண் கண்ணாடி அணிந்திருந்தான். அவனுடைய முகத்திற்கு அது பாந்தமாய்ப் பொருந்தியிருந்ததை ஒரு கோணத்தில் பார்க்கையில், அந்நியன் திரைப்படத்தில் வரும் ‘கண்ணும் கண்ணும் நோக்கியா’ பாடலின் இரண்டாவது சரணத்தில் மலேசியாவின் ‘பெட்ரொனஸ்’ டவரின் உள்ளே சியான் விக்ரம் வெள்ளை நிற உடையில் கண் கண்ணாடியோடு வரும் தோற்றத்தை அவனுக்கு அளித்திருந்தது. மீண்டும் அவனிடமிருந்து ஒரு சிநேகப் புன்னகை, பதிலுக்கு என்னிடமிருந்தும் அவனுக்கு ஒரு சிநேகப் புன்னகை. ஆனால் இருவரும் ஒரு வார்த்தை கூடப் பேசிக்கொள்ளவில்லை. நாட்கள் மீண்டும் நகர்கின்றன. எனக்குத் தலைமுடி கொட்டத் துவங்கியது. தலைமுடி உதிர்வைத் தடுக்க வேண்டி, பழைய கால முறையான நீளமாக முடி வளர்ப்பதை நிறுத்திவிட்டு, குட்டையாக வெட்டிக் கொண்டேன். முடி உதிர்வு என்பதையும் தாண்டி நான் முடியை வெட்டிக் கொண்டதற்கு மற்றொரு காரணமும் இருந்தது. அந்தக் காரணத்திற்கு ஒரு பெயரும் இருந்தது. அது சத்யா. நான் என் தலைமுடியை நீளமாக வளர்த்திருப்பது அவளுக்குப் பிடிக்கவில்லை. அவளுக்குப் பிடிக்கவில்லை என்று சொல்வதை விடவும், இந்தச் சமூகத்துக்குப் பிடிக்கவில்லை. அதனால் அவளுக்கும் பிடிக்கவில்லை என்று சொல்வது சரியாக இருக்கும். தலைமுடியை நீளமாக வளர்ப்பது ரௌடியாகிவிடுவதற்கான அங்கீகாரமென யார் சொல்லிச் சென்றது - யார் எழுதிச் சென்றது என்று

தெரியவில்லை - நீளமான தலைமயிரைக் கொண்டவன் - சந்தேகத்திற்குரியவனாகவே பார்க்கப்படுகிறான். என் தலையிலிருந்த மயிருக்காகவே நான் பலமுறை போலீசாரின் சந்தேகப் பார்வைக்கு உள்ளாகியிருக்கிறேன். ஒருவேளை நம்முடைய தமிழ் சினிமாவின் அடையாளப்படுத்துதலாகக் கூட இருந்திருக்கலாம். முன்னொரு காலத்தில், கழுத்தில் கைக்குட்டையைச் சுற்றிக் கட்டியிருப்பவன் - கன்னத்தில் மருவோடு முறுக்கு மீசை வைத்திருப்பவன் - முறுக்கு மீசை வைத்துக் கோடு போட்ட டீ-ஷர்ட்டை அணிந்திருப்பவன் - தலையில் கொசகொசவெனச் சுருட்டை முடியோடு இருப்பவன் - கைக்குட்டையை மணிக்கட்டில் சுற்றிக் கட்டியிருப்பவன் என்பது ஜப்படி திருடன் - ரௌடி - பிள்ளை பிடிப்பவன் - கண்ணை நோண்டுபவன் - கைகால்களை உடைத்து முடமாக்குபவன் - கொள்ளைக்காரன் எனச் சித்தரிப்பதற்கான ஒரு குறியீடாக வைத்திருந்தார்கள். அதற்கு அடுத்தபடியாக இப்பொழுது - இப்பொழுது என்றால் ஒன்றிரண்டு தசாப்தங்களுக்கு முன்பு நீண்ட தலைமுடி வைத்திருப்பவர்கள் கொலை - கொள்ளை - ஆள்கடத்தல் - மனித உறுப்புகளைத் திருடுதல் என்று கொடுஞ்செயல் புரியும் வில்லனாகச் சித்தரிக்கப்பட்டார்கள். 2002ம் ஆண்டு என்று நினைக்கிறென், ஜீவன் என்கிற ஒரு நடிகன் மிக நீண்ட தலைமுடியோடு 'யூனிவர்சிட்டி' என்கிற படத்தில் நாயகனாக அறிமுகமாகியிருந்தான். அந்தப் படம் பெரிதாக வியாபாரமாக வில்லை. ஆனால் அதற்கு அடுத்த படமான 'காக்க காக்க' படத்தில் அதே நீண்ட தலைமுடியோடு மிகக் கொடூரமான வில்லனாக வந்தான். படமும் சூப்பர் டூப்பர் ஹிட். அவன் ஏற்று நடித்த 'பாண்டியா' என்கிற கதாபாத்திரமும் சூப்பர் டூப்பர் ஹிட். தலைமுடி வளர்த்திருந்தால் தொடர்ச்சியாக வில்லன் பாத்திரங்களே கிடைக்கும் என்று சொல்லித் தலைமுடியைக் கத்தரித்துவிட்டான். அவனது நீண்ட தலைமுடியோடு அவனைக் கொடூர வில்லனாக ஏற்றுக்கொண்ட ரசிகமனமானது, கத்தரித்த தலைமுடியோடு நாயகனாக அவன் வலம் வந்ததை ஏற்றுக் கொள்ளமுடியவில்லை. அதனால் அவன் மீண்டும் தன் தலைமுடியை வளர்த்துக் கொஞ்சம் எதிர்மறை கலந்த நாயக பாவமேற்ற 'நான் அவனில்லை' படத்தை ரசிக மனம் ஏற்றுக் கொண்டது. இதை எழுதிக்கொண்டிருக்கும் இந்தக் கணத்தில் யோசித்துப் பார்க்கிறேன். அந்நியன் படத்தில் வரும்

நாயகனுக்கும் நீண்ட தலைமயிர்தான் கொடுக்கப்பட்டிருந்தது. அம்பி - ரெமோ - அந்நியன் என்கிற மூன்று பாத்திரத்தை அந்த நாயகன் ஏற்று நடித்திருந்தாலும் கூட, தலைமயிரை விரித்துப் போட்டுக் கொண்டு, கும்பிபாகம், அந்தகூபம், கிருமிபோஜனம் என்று விதவிதமாகவும் கொடூரமாகவும் கொலை செய்யும் பாத்திரமான அந்நியன் பாத்திரமே அந்தப் படத்தின் தலைப்பாக வைக்கப்பட்டது. தலைமயிர் வளர்த்திருப்பவன் தறுதலையாகவும் குற்றச்செயல் புரிபவனாகவும் இருக்க வேண்டும் என்பது இந்தச் சமூகத்தில் எழுதப்படாத விதியாகிவிட்டது. என்ன செய்வது ஒரு சாமானியனின் மனமானது சித்தரிக்கப்பட்ட சினிமா காட்சிகளில் ஒட்டிக்கொள்ள முடிந்ததைப் போல, எதார்த்தத்தில் ஒட்டிக்கொள்ள முடிவதில்லை. முடி உதிர்தல் என்கிற காரணத்திற்காக நான் என் தலைமுடியை வெட்டிக் கொண்டாலும், அதன் உபகாரணமாக சத்யாவின் ஆசையும் அவளது தேவையும் ஒட்டிக்கொண்டது. அவளைப் பொறுத்தவரையிலும் எவர் சொல்லியும் கேட்காத நான் - அவளுக்காக முடியிழக்கத் துணிந்துவிட்டேன் என்பதில் சந்தோஷம் கொண்டது. அதே நேரம் பால் என்ன காரணத்திற்காக அவனது தலைமயிரை வெட்டிக்கொண்டானெனத் தெரியவில்லை. அவனை மூன்றாவது முறை நான் சந்திக்கையில், எங்கள் இருவரின் தலையிலும் மயிர் குறைவாக இருந்தது. இம்முறை அவன் என்னைப் பார்த்துக் கண்கள் அகல புன்னகைத்துக் கொண்டான். நானும் அதே ஆச்சரியம் மற்றும் அதிர்ச்சியோடும் புன்னகைத்துக் கொண்டேன். ஆனபோதும் இருவரும் ஒரு வார்த்தை கூடப் பேசிக் கொள்ளவில்லை. அவன் எந்த வேலைக்காக என் அலுவலகத்திற்கு வந்தானோ அந்த வேலையைப் பார்த்துவிட்டு வெளியேறினான். நான் என்னுடைய வேலையைத் தொடர ஆரம்பித்தேன். பிரிதொரு நாளில் என் அலுவலகத்தின் அருகிலிருந்த உணவகம் ஒன்றிற்கு நான் மதிய உணவு உண்ணச் செல்கையில் எனக்கும் முன்னமே அவன் அங்கு வந்து உண்ணத் துவங்கியிருந்ததைப் பார்த்தேன். நானும் அவனும் ஒருசேர பார்த்தோம். இருவருக்கும் இடையில் வார்த்தைகளால் அறிமுகம் நிகழ்ந்ததில்லை என்றாலும், அவன் எவ்விதப் பாசாங்குமின்றி நான் அமர்ந்துகொள்ள அவன் எதிரிலிருந்த இருக்கையை எனக்குக் கைக்காட்டினான். போலவே நானும் எவ்வித பாசாங்குமின்றி அவனுக்கு எதிரிலிருந்த

இருக்கையில் அமர்ந்துகொண்டேன். என் பெயர் பால் என்று சொல்லிவிட்டு, பற்கள் வெளித்தெரியாமல் புன்னகைத்தபடியே, வெறும் பால் அல்ல லீன் பால் என்று அறிமுகப்படுத்திக் கொண்டான். நானும் அதே உதடுபிரியாப் புன்னகையோடு லீன் பால் என்று ஒருமுறை சொல்லிக்கொண்டேன். என் புன்னகையைப் பார்த்து என்ன என்று கேட்டான். எனக்குச் சார்த்தரின் பெயர் நினைவுக்கு வந்தது என்றேன். இம்முறை அவன் பற்கள் தெரிய சிரித்தான். பின் அவனே, "அவர் பெயர் லீன் பால் சார்த்தர் இல்லை ழீன் பால் சார்த்தர்" என்று சொல்லி என்னைத் திருத்திவிட்டு, நான் "ழீன் பால் இல்லை லீன் பால்" என்றான். சரி என்றேன். மீண்டும் அவனே, லீன் என்பது என்னுடைய பெயர் இல்லை என்றான். மீண்டும் குழப்பத்தோடு அவனைப் பார்த்தேன். அது என்னுடைய பட்டப் பெயர் என்றான். பின் அவனே லீன் என்கிற ஆங்கில வார்த்தையின் தமிழ் அர்த்தம் என்னவெனக் கேட்டான். ஒல்லி - மெலிந்த என்றேன். என் தேகத்தை வைத்து எனக்கு மற்றவர்கள் வைத்த பெயர்தான் லீன் என்றான். ஓ என்று சொல்லிக் கொள்வதைத் தவிர்த்து எனக்கு வேறு எதுவும் சொல்லத் தோன்றவில்லை. இருவரும் அமைதியாக இரு வாய் சாப்பிட்டுக் கொண்டோம். என் தேகத்தை வைத்து என்னை முடக்க நினைத்தார்கள் இடியட்ஸ் என்றவன், அந்தப் பட்டத்தையே நான் எனக்கான படியாக மாற்றிக்கொண்டேன் என்று அவன் சொன்னபோது, அவனது முகத்தில் ஒரு ஏளனப் புன்னகை வந்து ஒட்டிக்கொண்டதை என்னால் பார்க்கமுடிந்தது. ஒருவகையில் நானும் அப்படியானவன்தான். உடல் ரீதியாக எத்தனையோ விதமான கேலி பேச்சுக்கும் கிண்டலுக்கும் ஆளாகியிருக்கிறேன் என்று அவனிடம் சொல்ல நினைத்தேன். ஆனால் அவனோ என் மனதைப் படித்தவன் போல, நீயும் ஒருவகையில் என்னை மாதிரியே ரொம்ப பாதிக்கப்பட்டிருப்ப போலத் தெரியுதே என்று என்னிடம் ஒருமையில் பேசியது என்னை ஆச்சரியப்படுத்தவில்லை. இருவருமே இப்பொழுது நட்போடு சிரித்துக்கொண்டோம். உண்டு முடித்துவிட்டு ரெஸ்ட்டாரண்ட்டிலிருந்து வெளியே வருகையில், அவன் என்னிடம், "டு யூ ஃபாக்" என்று வில்ஸ் பாக்கெட்டை நீட்டினான். அவன் நீட்டிய வில்ஸ் பாக்கெட்டைப் பார்க்காமல் இயல்பாக, அஃப் கோர்ஸ் என்றவன், அவன் கையில்

வில்ஸ் பாக்கெட் இருப்பதைப் பார்த்ததும், "யூ ட்டூ" என்று ஆச்சரியமாகக் கேட்டேன். ஆனால் அவனோ வெகு இயல்பாக, "ஐ திங்க் வீ ஆர் ஆன் சேம் போட்" என்று சிரித்துக் கொண்டான்.

"என்ன பலமான யோசனை" என்ற லீன் பாலின் கரகரப்பான குரலால் என் நினைவுகள் கலைந்தது. "ஒண்ணுமில்லை. நம்முடைய நட்பைப் பற்றிய சிந்தனை" என்று பொதுவான பதிலைக் கூறினேன். அவன் அமர்ந்திருந்த நாற்காலியில் சோர்வாகச் சாய்ந்து கொண்டான்.

"உன்னோட சத்யா வீட்டுக்கு நீயும் நானும் போனதைப் பத்தியா யோசிச்சிட்டு இருந்த" என்று கேட்ட அவனது குரலில் சற்றுமுன்னிருந்த கரகரப்பு தொலைந்து மென்மை கூடியிருந்தது. அவனுக்குப் பதிலாக நானும் எதுவும் பேசாமல், மேஜையின் டிராயரைத் திறந்து, வில்ஸ் ஒன்றை எடுத்துப் பற்றவைத்துக் கொண்டேன். எங்கள் இருவருக்கும் இடையில் கனத்த மௌனமொன்று ஆலங்கட்டியாய் ஆக்கிரமித்தது. எங்கள் இருவரின் வாயிலிருந்தும் வெளியேறிய புகையால் காலமானது ஆலங்கட்டியிலிருந்து கரைந்தோடும் நீராய் ஒழுகியோடி ஆலங்கட்டியின் கனத்தைக் குறைத்தது.

"அன்று நிகழ்ந்தது ஒரே ஒரு விஷயம்தான். ஆனால் அதை அவரவர்க்குத் தகுந்தாற் போல அவரவர்கள் மாற்றிக் கொண்டது தான் மனித எதார்த்தம்" கனம் குறைந்திருந்த ஆலங்கட்டியைத் தன் நாவால் லீன் பால் தகர்த்தெறிந்தான்.

"உண்மைதான். உன்னை நான் அவள் வீட்டிற்கு அழைத்துச் சென்றது, நீ வாழ்வதற்கும் நீ புழங்குவதற்கும் ஏற்ற வீடாக அது இருக்குமா என்று காண்பிக்க."

"உங்கள் இருவருக்குமிடையிலான உறவைப் பற்றியும் உங்கள் இருவருக்கும் திருமணத்தை நடத்திவைப்பதைப் பற்றிப் பேசவும் நீ என்னை அழைத்து வந்திருப்பதாக அவள் நினைத்துக் கொண்டாள்."

"விற்பனைக்கென்று வைத்திருக்கும் அவள் வீட்டை உனக்குக் காண்பிக்கும் காரணத்தை வைத்து அவளைப் பார்க்கலாமென்று நான் நினைத்திருந்தேன்"

“தங்களை மிரட்டுவதற்காக என்னை அழைத்து வந்திருப்பதாக அவளைப் பெற்றவர்கள் நினைத்துக் கொண்டார்கள்.”

“அவள் பெயருக்குக் களங்கம் விளைவிக்கவும், என் பெயருக்கு இன்னும் கூடுதலாய் களங்கத்தைச் சேர்க்கவும் எங்களைச் சுற்றியிருந்த பலருக்கும் அது தோதாக அமைந்துவிட்டது.”

நான் விரக்தியாய் புன்னகைத்துக் கொண்டேன். ‘லீன்’ பால் எவ்வித உணர்வுகளுமின்றிப் புன்னகைத்துக் கொண்டான்.

“எனக்குக் கலிங்கத்துப்பரணியின் பாட்டொன்று நினைவுக்கு வருகிறது” என்றான்.

“பேய்ப் புறப்பாடா” என்று கேட்டேன்

கண்கள் மூடி பைப்பை ஒரு முறை இழுத்துக் கொண்டவன், தணிந்த குரலில்,

விலக்குக விலக்குக விளைத்தன வெனக்களி விளைத்தன விளைத்தன விலா

முதல் வரியை அவன் சொல்லத் துவங்க,

அலக்குக வலக்குக வடிக்கடி சிரித்தன வயர்த்தன பசித்த பசியே

என்று நான் சொல்லி முடித்தேன்.

அவன் சத்தமாகச் சிரித்துக்கொண்டான். நானும் அவன் சிரிப்போடு இணைத்துக்கொண்டேன். அந்தச் சிரிப்பினூடே, “ஜீ.என். சொன்ன மாதிரி மனிதன் ஒரு மகத்தான சல்லிப்பய தான் இல்லியா” என்று கேட்டான்.

“எட்டுக்கால் பூச்சிக்கு எட்டுக் கால்கள். மனித மனத்துக்கு எத்தனை சிந்தனைகளோ அத்தனை கால்கள்” என்று அவன் அழைத்து வந்த ஜீ.என்னுக்குப் போட்டியாக நான் நகுலனை அழைத்து வந்தேன்.

“ஆயிரம் கால்கள் இருந்தாலும் அட்டைகள் அட்டைகள் தான். பூரான்கள் பூரான்கள்தான். அதைப் போலத்தான் இந்த மனிதனின் சிந்தனைகளும். அவனுடைய சல்லித்தனத்தை நியாயப்படுத்த அவன் எத்தனை சிந்தனைகளையும் அதாவது எத்தனை கால்களையும் தன்னுடம்போடு மாட்டிக்கொள்வான்”

சொன்னவன் மீண்டும் அமைதியாக அவனுடைய நாற்காலியில் சாய்ந்தமர்ந்து கொண்டு, பைப் புகையை நிதானமாக ஊதினான். என் கையிலிருந்த வில்ஸில் கோத்திருந்த சாம்பல் துகள்களை, சாம்பல் கிண்ணத்தில் தட்டிக்கொண்டேன்.

“சில நாட்கள் முன்பாக என்னுடைய டேனுக்கு மிகவும் உடம்பு முடியாமல் போய்விட்டது என்பது உனக்குத் தெரியும்தானே” எனக் கேட்டான்.

“உயிர் பிழைப்பதற்கு பாதிக்குப் பாதி வாய்ப்புக் கூட இல்லையென்பதாக அப்பொழுது நீ சொன்னதாகக் கூட ஒரு ஞாபகம்.”

ம்ம்ம் என்று முனகிக்கொண்டவன், “அவளை மருத்துவமனைக்கு அழைத்துச் சென்றேன். அங்கே எனக்கும் முன்னமே சிலர் அவர்களுடைய பப்பிக்களோடு வந்திருந்தார்கள். யூ நோ சம்திங், இந்தப் பப்பிங்க விஷயத்தில் ஒவ்வொரு பப்பியும் ஒவ்வொரு ரகமாக இருக்கக்கூடும், ஆனால் மருத்துவமனை என்று வந்துவிட்டால் அனைத்துப் பப்பிக்களும் ஒரே ரகமாக மாறிவிடுகின்ற ஆச்சரியங்கள் நிகழும். யெஸ். எத்தனை கோபக்கார பப்பியாக இருந்தாலும், அவற்றின் வீரமெல்லாம் மருத்துவமனையின் வாசல்வரை மட்டும்தான் நீடிக்கும். வாசல் கடந்து உள்ளே வந்துவிட்டால், அவற்றின் கோரைப்பல் வீரத்தையெல்லாம் வாலுக்கு அனுப்பி, அந்த வாலைத் தன் பின்னங்கால்களுக்கு இடையில் சுருட்டி வைத்துக்கொண்டு தன் எஜமானனின் கால்களுக்கு நடுவிலோ அல்லது பின்னோ மறைந்து நின்றுக் கொள்ளும். இந்த விதிக்கு என்னுடைய டேனும் விதிவிலக்கில்லை. ஆனால், அன்று என்னுடைய டேன் அப்படியில்லை. நானும் அந்த மருத்துவமனையிலிருந்த மேல் நர்ஸ் முருகனும் சேர்ந்து - அதைத் தூக்கிச் சென்று படுக்கையில் படுக்க வைக்குமளவிற்கு - எழுந்து நிற்கக் கூடத் தெம்பின்றி - அதன் உடல் துவண்டு போய்விட்டிருந்தது. அதன் கண்கள் இரண்டும் மேல் சொருகிப் போயிருந்ததைப் பார்க்கையில், இதன் ஆயுள் இன்னும் சில நாட்களோ அல்லது சில மணித்துளிகளோ என்பதைப் போலவே இருந்தது. நான் திரும்பி முருகனைப் பார்த்தேன். அவன் உடனடியாக தெர்மாமீட்டரை எடுத்து வந்து, அதன் குதத்தில் வைத்துப் பார்த்தான். “104 டிகிரி காய்ச்சல் காயுது” என்று

புன்னகை மாறாத முகத்தோடு சொன்னாலும், அவன் குரல் அவஸ்தையாய் அவனிடமிருந்து வெளிவந்தது. வாய் பேச முடிந்த - தனக்கு என்ன தேவை - என்ன செய்கிறது என்று சொல்லமுடிந்த நம் உடல் 103 டிகிரி விடாய் கொண்டாலே உளற ஆரம்பித்து விடுவோம் எனும்போது நாமறிந்த மொழியில் தன் தேவைகளைச் சொல்ல அறியாத அந்தப் பாவப்பட்ட ஜீவன் 104 டிகிரி வெம்மையில் எப்படித் தகித்திருக்கும்...! டேனைத் தடவிக் கொடுத்தபடிக்கே முருகனிடம் என்ன பண்ணலாமெனக் கேட்டேன். பப்பிக்கு வயதென்ன என்று கேட்டான். பத்தரை ஒருவேளை பதினொன்றாகக் கூட இருக்கலாம் என்றேன். இருங்க டாக்டரிடம் என்ன பண்ணலாம் என்று கேட்டுவிட்டு வருகிறேன் என்று போனை எடுத்துக்கொண்டு வெளியே சென்றான். நகரக் கூட முடியாமல் படுத்துக் கிடக்கும் என்னுடை டேனைப் பார்க்கச் சங்கடமாக இருந்ததால் அந்த ஐசியு அறையிலிருந்து வெளியே வந்தேன். உடலை அசைக்க முடியவில்லையென்றாலும் கூட அது தன்னுடைய வாலை ஒருமுறை ஆட்டமுயன்றதில், அதன் வால் படுக்கையில் டொப்பென்று விழும் சப்தம் கேட்டது. திரும்பிப் பார்த்தேன். அது என்னையே பார்த்தபடி படுத்திருந்தது. அதன் கண்களில் ஒரு மென்சோகம் இருப்பதாய்த் தெரிந்தது. ஒருவேளை அதன் உடல் அயர்ச்சியை வெளிப்படுத்தும் பார்வையாகக் கூட அது இருந்திருக்கலாம். ஆனால் நமக்குத் தான் நகுலன் சொல்வதைப் போன்று, ஆயிரம் கால்களாயிற்றே...! அருகில் சென்று அதன் தலையை வருடி, "நான் எங்கேயும் போகல. டாக்டரைப் பார்த்துட்டு வந்துடுறேன்" என்று சொல்லிவிட்டு வெளியே வந்தேன். நான் அந்த ஐசியுவிலிருந்து வெளியே வந்த அந்த நேரத்தில் பனங்காயைப் போல வீங்கிப் போயிருந்த முகத்தோடு இரண்டு ராட்வீலர்களை ஒருவர் - உண்மையில் இருவர் - ஆனால் அதில் ஒருவர்தான் அந்த ராட்வீலர்களின் எஜமானன் - அதனால்தான் ஒருவர். அழைத்து வந்திருந்தார். அவற்றின் முகங்களைப் பார்க்கவே பாவமாகவும் பயங்கரமாகவும் இருந்தது. ராட்வைலரின் கண்களுக்கு மேலே இருக்கும் இரண்டு மஞ்சள் நிறப் புள்ளிகள் அவற்றிற்கு நான்கு கண்கள் இருப்பதைப் போன்றதொரு தோற்ற மாயை கொடுத்து அதன் முகத்தை இன்னும் வசீகரமாக்கும். ஆனால் இவற்றுக்கோ அந்த இருபுள்ளிகளும் பயங்கரத்தைக் கொடுத்தது. அந்தப்

ஓவியம் போன்ற எழுத்துகளால் வரையப்பட்ட கோட்டோவியம்

பயங்கரத்தைக் காணச் சகிக்காமல் மீண்டும் என் டேனை நான் படுக்க வைத்திருந்த ஐசியுவினுள்ளே வந்துவிட்டேன். சற்று நேரத்தில் முருகன் வந்தான் அவனோடு ட்யூட்டி டாக்டரான ரேஷ்மாவும் வந்தாள். ரேஷ்மா மிகவும் குட்டியாக இருப்பாள். அவள் குட்டியாக இருப்பதாலேயே சூட்டிகையாகவும் தெரிவாள். அதுவும் போக அவள் மலையாள தேசத்துப் பெண் வேறு. மலையாளம் கலந்த தமிழ் மொழியில் அவள் பேசுவது கொஞ்சுவதைப் போலவே இருக்கும். ரேஷ்மா உள்ளே வந்ததுமே, டேனின் இரண்டு கண்களின் கருவிழியையும் விரலால் தூக்கிப் பார்த்தாள். டேனின் கண்களில் ஒரு வெறுமை படர்ந்திருந்ததை என்னால் உணரமுடிந்தது. உடனடியாக ரேஷ்மாவின் முகத்தைப் பார்த்தேன். அவளது சூட்டிகையான முகமானது ஒரு நொடி வாடி, பின் சட்டென இயல்புக்கு வந்ததையும் பார்த்தேன். மனிதனுக்கு ஆயிரம் கால்கள். அத்தனை கால்களையும் நொடியில் வெட்டியெறிந்துவிட்டு, ஒரு புழுவாய் நெளிந்தேன். என் உயரத்திற்கு அவள் என்னை அண்ணாந்துப் பார்க்க வேண்டியிருந்தது. “கிட்னியில க்ரியாட்டின் செக் செய்யணும்” என்று மலையாளம் கலந்த தமிழில் கிள்ளை மொழி பேசினாள். என் சம்மதத்தை அவள் எதிர்பார்க்கவே இல்லை. முருகன் ஒருபுறம் ஐவி கொடுப்பதற்கான வேலையில் இறங்க, ரேஷ்மா ஊசி எடுத்துவந்து, சோதனைமாதிரிக்கு ரத்தம் எடுத்துக்கொண்டாள். நான்கு கால்களில் நின்றால் என் இடுப்பளவு இருக்கும் ஒரு உருவம் - இரண்டு கால்களில் நின்றால் என் உயரத்திற்கு நிற்கும் உருவம் - என் கண்முன்னே உருக்குலைந்து - நிற்கக்கூடத் திராணியற்றுப் படுத்துக் கிடக்கிறது. ஐவியில் ஆண்டிபயாட்டிக் மருந்தை முருகன் கலந்தான். “ஒந்நுல்ல எல்லாம் சரியாகும்” என்று விலா எலும்புகள் தெரிய -நான் இன்னும் மரிக்கவில்லை என்பதை வெளிப்படுத்தும் விதமாக, மூச்சுக்காற்று மெலிதாக வெளியேறுவதை உணர்த்துவதைப் போல மேலும் கீழுமாக மென்மையாகச் சலித்துக்கொண்டிருந்த டேனின் விலாப்பகுதியைத் தடவிக் கொடுத்துச் சொன்னாள். குட்டியாக இருக்கும் பெண்கள் என்ன செய்தாலும் - அது உளமாரச் செய்யும்போது அதில் ஒரு வசீகரம் வந்து சேர்ந்து கொள்கிறது. அது ஒரு குழந்தையின் வசீகரம். ரேஷ்மா மழலை பேசி டேனைத் தடவிக் கொடுத்த அந்த நொடி எனக்கு அவள் தலையைத் தொட்டு வருடிவிட வேண்டும் போலிருந்தது. ரேஷ்மா

வெளியேற, நான் டேனின் தலையைத் தடவிக்கொடுத்தேன். முதல் ஐவி முடிந்தது. முருகனை அழைத்தேன். வேகமாக ஐசியு உள்ளே வந்தான் - நிதானமாக ஐவியை மாட்டினான் - வேகமாக வெளியேறினான். அவனது அந்தப் பரபரப்பான நடவடிக்கையானது, எனக்கு ஏதோவொரு அசௌகரியத்தைக் கொடுத்தது. டேனின் முகத்தைப் பார்த்தேன். அது இன்னமும் சோர்வாகவே படுத்திருந்தது. சற்று நேரத்தில் டாக்டர் வந்தார். அவரது முகத்தில் ஆத்திரம் - இயலாமை - கோபம் என்று ஏதோவொரு சிதறடிக்கும் எதிர்மறை உணர்வு. என்னைப் பார்த்ததும் சிநேகமாய் புன்னகைத்தார். அதில் வழக்கமான சிநேக உணர்வு இல்லை என்பது வெளிப்படையாகத் தெரிந்தது. இயந்திரகதியாய் ஐவியின் அளவை பார்த்தார், டேனின் உடலை ஒரு முறை தடவிவிட்டுக்கொண்டார், ரேஷ்மா பார்த்ததைப் போல இமை உயர்த்தி விழிப்படலத்தைப் பார்த்துக் கொண்டார். என்னாச்சு டாக்டர் டல்லா இருக்கிறீங்க என்று கேட்டேன். எனக்கு மட்டுமே கேட்கும் விதத்தில் மெல்லிய குரலில், "ரெண்டு ராட்வைலர்ல ஒண்ணு இறந்திடிச்சு" என்றார். சட்டென அப்பொழுதுதான் சற்றுமுன் நான் பார்த்த அந்த ரெண்டு ராட்வைலர்களின் நினைப்பு என்னுள் வந்தது. தயக்கத்தோடு, கொஞ்சம் முன்ன முகம் வீங்கி என்று இழுத்தேன். ஆமாம் என்றார் எவ்வித சுரத்தும் இல்லாமல். அவரது மனதிலிருப்பதை எவரிடமாவது கொட்டிவிட வேண்டும் என்கிற தேவையோடு அவர் இருப்பதை அவரது கண்கள் எனக்குக் காட்டிக் கொடுத்ததால், மெதுவாக என்னாச்சு டாக்டர் என்று கேட்டேன். டேனின் முகத்திற்கு அருகிலிருந்து விலகி அதன் வால் பக்கம் வந்தார். பின் டேனின் முகத்தை எச்சரிக்கையோடு பார்த்தபடி, அதாவது குழந்தைகள் இருக்கும் வீட்டில் குழந்தைகள் அறியக்கூடாத விஷயத்தைப் பேசும்பொழுது என்னமாதிரியான எச்சரிக்கை உணர்வு முகத்தில் வருமோ அப்படியான முகத்தோடு ஸ்நேக் பைட்ங்க என்றார். பின் அவரே, "கட்டுவிரியன்" என்றும் சொன்னார். "விரியனா...!" என்று அதிர்ச்சியோடு கேட்டுவிட்டு, "விரியன் சரியான சைக்கோவாச்சே டாக்டர்" என்றேன். அவர் என்னைக் கேள்விக்குறியோடு பார்க்க, "நல்லபாம்பு, கருநாகம் மாதிரியான விஷப்பாம்புங்களை நாம தொந்திரவு பண்ணினாலும், பெரும்பாலும் அதுங்க ட்ரைபைட் தான் பண்ணும். ஆளைக் கொல்லணும்னு எல்லாம் அதுங்க

விஷத்தை வீணடிக்கிறதில்ல. ஆனா இந்த விரியனுங்க மட்டும், நீங்க தொந்திரவு பண்ண வேண்டாம். அது பக்கத்தோட போனாலே நம்ம காலைக் கடிச்சு விஷத்தை இறக்கிடும். அதனால தான் அதை சைக்கோன்னு சொன்னேன்" என்றேன். "வாட்டெவர் இட்டிஸ், வீட்டுக்குள்ள சாரி காம்பவுண்டுக்குள்ள பாம்பு வந்துட்டுன்னா, வளர்க்கிற நாயை அதுகூட சண்டை போடவிட்டா வேடிக்கைப் பார்ப்பாங்க" அவர் முகத்திலிருந்த ஆத்திரத்தின் காரணம் அப்பொழுதுதான் எனக்குப் புரிபட ஆரம்பித்தது. அதனால் அவரை மேலும் பேசவைக்கும் பொருட்டு, "என்ன சொல்றீங்க டாக்டர்" எனக் கேட்டேன். "ஆமாங்க. பாம்பு ஆபத்தானது தான். அதுங்க கிட்டயிருந்து நாம விலகி இருக்கிறதுதான் நமக்கும் பாதுகாப்பானது. இல்லைன்னு சொல்லல. அதுக்காக டாக்ஸை அதுங்க கிட்ட சண்டை போட விட்டுட்டு, இவங்க வீட்டுக்குள்ள போய் உட்கார்ந்துட்டு வேடிக்கை பார்த்திருக்கிறாங்க. பாம்புங்க சுதந்திரமா வாழ்ந்துட்டு இருந்த இடத்துல இருந்து அதுங்களை விரட்டிவிட்டுட்டு, அதுங்க வாழ்ந்துட்டு இருந்த அந்த இடத்துலதான் நாம இப்ப வாழ்ந்துட்டு இருக்கிறோம். நாம எதுவுமே பண்ணாம விட்டாலே அதுங்க அதுங்களோட வழியைப் பார்த்துட்டுப் போயிடும். ரெண்டு ராட்வைலர்ல ஒண்ணுதான் ரொம்ப ஃபெரோஷியஸ். அது தான் அதிகமா கடி வாங்கியிருக்கு. அதுதான் இறந்தும் போயிடிச்சு. இன்னொண்ணுக்கு கிட்னி கிரியாட்டின் ரொம்ப ஹை லெவல்லதான் இருக்கு. பிழைக்கிறதுக்குக் கஷ்டம்தான் இருந்தும் முயற்சி பண்ணிட்டு இருக்கிறோம்" என்றவர், "நேத்து ராத்திரி ஆண்டி-வெனாமஸ் இஞ்செக்ஷன் போட்டுவிட்டாச்சு. காலையில கொஞ்சம் சீக்கிரமா வரச்சொன்னா குளிச்சி மொழுகி நல்லா நீட்டா ட்ரெஸ் பண்ணி பெர்ஃப்யூம் எல்லாம் அடிச்சிட்டு ஏதோ ஷாப்பிங் போகிற மாதிரி வந்திருக்கிறார். சரி நமக்கெதுக்குங்க அந்தப் பஞ்சாயத்து எல்லாம்" என்று சொல்லிவிட்டு, மேஜையில் படுத்திருந்த டேனின் மேல் கைவைத்தபடி, "இவனை நாளைக்கும் ஒருதரம் கூட்டிட்டு வரவேண்டியிருக்கும்" என்றார். அடுத்த நாளும் என்னுடைய டேனை அழைத்துச் சென்றபொழுது, ஒரு ஆர்வத்தில் முருகனிடம் முந்தைய நாள் உயிர்பிழைத்திருந்த அந்த ஒற்றை ராட்வைலர் பற்றிக் கேட்டேன். அவன் புன்னகைத்தபடியே, கடைவாய் பற்களால் நாக்கின் நுனியைக்

கடித்துக் காண்பித்து - தலையை ஒருபுறமாய் சரித்துக் காண்பித்தான். அதாவது 'தேயார் நோ மோர்'.

அறை இப்பொழுது ஏலக்காய் மணத்தினை உண்டு செரித்த சுருட்டின் காரநெடியால் நிரம்பியது. லீன் பாலின் முகம் சற்று இருண்டு, பின் தெளிவாகியது. நான் என் இடப்பக்கம் திரும்பிப் பார்த்தேன். கணேஷ் 'குவேரா' அமர்ந்திருந்தான். பற்களால் 'டூமினியன்' சுருட்டைக் கவ்வியபடி ஏளனமான புன்னகையோடு. அந்த ஏளனப் புன்னகைதான் லீன் பாலின் முகத்தை இறுக்கமடைய வைத்திருக்கும் என்பது புரிந்தது. அவன் இப்படியானவன்தான் என்பதை லீன் பாலும் அறிந்திருப்பதால் அவன் மீண்டும் தன்னுடைய இயல்புநிலைக்கு வந்திருப்பான் என்பதும் புரிந்துபோனது. நான் அவனைப் பார்த்து வழக்கமான சிநேகப் புன்னகையை வீசினேன். அவனும் என்னைப் பார்த்துப் புன்னகைத்தான். நடுவிரல் கிடைமட்டில் நேராக நிற்க, அதன் மேல் ஆட்காட்டி விரலை வில்லாய் வளைத்து, அவன் வாயிலிருந்த சுருட்டை அவ்விரு விரல்களால் பற்றி, இரண்டு முறை சுருட்டை வாயிலிருந்து எடுக்காமலேயே இழுத்து, உள்ளிழுத்த புகையின் ஒரு பாகத்தைக் கடைவாய் வழியாக வெளியேற்றிவிட்டு அந்தச் சுருட்டை வாயிலிருந்து அகற்றி சாம்பல் கிண்ணத்தின் மீது வைத்தான். அவன் புகையை உள்ளிழுத்த பொழுது நன்கு கனன்று செந்நிற ஒளியை பிரகாசமாய் காண்பித்த சுருட்டானது, சாம்பல் கிண்ணத்தின் மீது ஓய்வுகொண்டதும் சாம்பல் துகள்களால் தன் பிரகாசத்தை மறைத்துக் கொண்டது.

"என்ன ரொம்ப சீரியஸான டிஸ்கஷன் போலத் தெரியுது" என்று அவனே பேச்சை ஆரம்பித்தான்.

"அதெல்லாம் ஒண்ணுமில்ல, சும்மா ஒரு கேஷுவல் 'ட்டாக்' தான். நீ எப்ப வந்த" என்று கேட்டேன்.

நான் 'ட்டாக்' என்று உச்சரித்ததை 'டாக்' என்று தனக்குள்ளே ஒருமுறை உச்சரித்துக்கொண்டவன், "ஆமா டாக் பத்திதான் ட்டாக் பண்ணிட்டு இருக்கிறீங்க" என்று அவனுடைய அழகான மேல்வரிசைப் பற்கள் தெரிய சிரித்தான்.

அவன் சிரிப்போடு நானும், 'லீன்' பாலும் புன்னகையால் இணைந்துகொண்டோம்.

“நான், பால் சாரி ‘லீன்ன்’ பால் அவனுடைய பைப்பை ரெடி பண்ணும்போதே வந்துவிட்டேன்” என்றவன், அவன் முன்னிருந்த என் கையெழுத்துப் பிரதியைப் பார்த்துவிட்டு, “நீ ஏன் எழுதணும் யாருக்காக எழுதணும்னு கேட்டுட்டு இருந்த, சரி உங்க பேச்சு சுவாரஸ்யமா போகப் போகுதுன்னு அமைதியா உட்கார்ந்து வேடிக்கை பார்த்துட்டு இருந்தேன். ஆனா ஒருத்தர் மாத்தி ஒருத்தர் நாய் கதையைப் பேசிட்டு இருக்கவும்தான், கதையோட போக்குத் திசை மாறுதுன்னு நான் உள்ளே வந்தேன்” என்றான்.

“கதை சரியான பாதையிலதானே போயிட்டு இருக்கு” என்று லீன் பால் என்னைப் பார்த்தான்.

வலப்புற வாயை ஒருக்கழித்து பற்களின் இடைவெளி வழியே காற்றை உள்ளிழுப்பதன் வாயிலாக ‘க்க்ச்ச்” என்று இருமுறை சப்தமெழுப்பி, தலையை இரண்டுமுறை இடவலமாக அசைத்த கணேஷ் ‘குவேரா’, “நான் உள்ளே வர்றதுக்கு முன்ன வரைக்கும் நீ எழுதியிருக்கிறதை நீயே படிச்சுப் பாரு” என்று ஒரு பேப்பர் கத்தையை என் முன்னே தூக்கிப் போட்டான். நான் அந்தப் பேப்பர் கட்டைக் கையில் எடுக்கவும், அந்தக் கட்டின் மேல் தன் கையை வைத்து மீண்டும் மேஜை மேலேயே வைக்கும் படி செய்த ‘லீன்’ பால், “இதைப் படிச்சுத் தெரிஞ்சுக்க எதுவுமில்லை. குவேரா சொல்றது நிஜம்தான்” என்றான்.

சாம்பல் கிண்ணத்திலிருந்து சுருட்டை எடுத்த குவேரா, அதை முன்பு செய்ததைப் போலவே வாயிலிருந்து அகற்றாமல் இரண்டு முறை இழுத்து, பாதிப் புகையை வெளியேற்றிவிட்டு, இம்முறை சுருட்டை சாம்பல் கிண்ணத்தில் வைக்காமல் கையிலேயே வைத்துக் கொண்டு, என்னைப் பார்த்துப் புன்னகைத்தான்.

நான் வெளியே பார்த்தேன். சற்றுமுன் அங்கிருந்த நாய் அங்கில்லை. ஆனால் அது விளையாடிய தண்ணீர் போத்தல் மட்டும் கசங்கிப் போய், அது சற்றுமுன் கிடந்த இடத்திலிருந்தும் சற்றுத் தள்ளிக் கிடந்தது. அதன் பற்கள் பதிந்ததில் தண்ணீர் போத்தலில் பொத்தல் விழுந்து சிறிதளவு தண்ணீர் தரையில் கொட்டியிருப்பதன் ஆதாரமாய், அந்தப் போத்தலைச் சுற்றியிருந்த மண் ஈரமாக இருப்பதும் தெரிந்தது.

“நீ சொன்ன மாதிரி அது அந்தப் போத்தல்ல இருந்த தண்ணீரைக் குடிக்கத்தான் முயற்சி பண்ணியிருக்குது” என்றேன் லீன் பாலிடம்.

“இருக்கலாம்” என்கிற ஒற்றை வார்த்தையே அவனிடமிருந்து எனக்குப் பதிலாகக் கிடைத்தது. ஆனால் எனக்கோ அவனுடைய அந்த ஒற்றை வார்த்தைப் பதில் சற்று ஏமாற்றத்தைக் கொடுத்தது.

“அது நீ சொன்ன மாதிரி விளையாடக் கூடச் செய்திருக்கலாம்” என்றான். அவனது முன்னுக்குப் பின் முரணான பேச்சு என்னை அயர்ச்சிகொள்ள வைக்க, என்னுடைய சுழல் நாற்காலியில் சாய்ந்து அமர்ந்துகொண்டேன்.

“இப்ப ஏன் நீ இவ்வளவு அசூயையாகுற” என்று கேட்ட லீன் பால், “உனக்கு அந்த நாய் போத்தலோட விளையாடியதா அல்லது அந்தப் போத்தலிலிருந்த தண்ணீரைக் குடிக்கப் போராடியதா என்பதைத் தெரிந்துகொள்ள விருப்பமா அல்லது உன் எழுத்தைப் படிக்க வாசிக்க யாருமே இல்லையே அப்புறமாகவும் ஏன் எழுத வேண்டும் என்கிற கேள்விக்கான விடையா” எனக்கு வலப்புறம் அமர்ந்திருந்த லீன் பால்தான் கேட்டான்.

நான் என்னுடைய கண்களைத் திறந்து அவனைப் பார்க்காமலேயே, “இரண்டும்தான்” என்றேன்.

“உன்னோட எழுத்துக்கு ஒரு வாசகர் வட்டம் உருவாகி உன்னை ஆஹா ஓஹோன்னு கொண்டாடணும்னு உனக்கு விருப்பம் இருக்கா. அப்படி இருந்ததுன்னா சொல்லு, என்கிட்ட ஒரு அருமையான யோசனை இருக்கு சொல்லித்தரேன்” குரல் என் இடப்புறமிருந்து ஒலித்தது.

நான் பதிலெதுவும் சொல்லாமல், கண்கள் மூடியே அமர்ந்திருந்தேன். சில நொடிகள் மௌனமாய்க் கடந்தது. இம்முறை அந்த மௌனத்திரையைக் கிழித்தது என் இடப்புறக் குரல், “என்ன சொல்லு. அந்த ஐடியாவை நான் சொல்லித்தரவா வேணாமா”. கணேஷ் குவேராவின் குரலில் ஓர் எள்ளல் இருந்ததை என்னால் அவன் முகம் பார்க்காமலேயே உணரமுடிந்தது. அதனால், “சொல்லு” என்றேன்.

“ஒரு பழைய எழுத்தாளன் கோணங்கியா நாஞ்சில் நாடனான்னு தெரியல. ஒருவேளை அவனுங்க ரெண்டு பேரும் இல்லாம

ஜெமோ சாரு எஸ்ரா நகுலன் இப்படி யாரா வேணும்னாலும் இருக்கலாம். அவன் பேரு எனக்குச் சரியா நினைவுல இல்லை. குறிப்பைச் சொல்றப்ப குறிப்பா இவன்தான் சொன்னான்னு சொல்லவேண்டிய அவசியமில்லைன்னு நினைக்கிறேன்" அவன் பேசிக்கொண்டிருக்கும் போதே இடைமறித்த லீன் பால், "சொல்ல வந்ததைச் சொல்லாம ஏன் இப்ப சரக்கு ரயிலோட பெட்டிங்க மாதிரி வார்த்தைகளை நீட்டிக்கிட்டே போகிற" என்று கேட்டான்.

"ஒக்கே ஒக்கே. விஷயத்துக்கு வரேன். அந்த எழுத்தாளன் என்ன சொன்னான்னா, ஒரு கோணிப்பை நிறையத் தகவல்களை நிரப்பி எடுத்துட்டு வந்து, அந்தத் தகவல்களுக்கு நடுவுல கொஞ்சம் மானே தேனே பொன்மானே போட்டு நிரப்பினா போதும் அது நாவலாகிடிதுன்னு" என்று சொல்லி நிறுத்தியவனை கண்கள் திறந்து பார்த்தேன். அவன் முகத்தில் வழக்கமான எள்ளல் புன்னகையே நிறைந்திருந்தது.

"அந்தாளு சொன்னது அந்தக் காலத்து எழுத்தாளனுங்களோட எழுத்தைப் பத்தி. இப்ப நான் உனக்கு ஒண்ணு சொல்றேன் கேட்டுக்க, நீட்ஷே, ஃப்ராய்ட், ஹைடெய்க்கர், ப்ளாட்டோ, அரிஸ்டாட்டில், ஜராதுஷ்ட்ரா மாதிரியான வெளிநாட்டு எழுத்தாளனுங்க சொல்லி வச்சிருக்கிற லிஸ்ட்ல இருந்து நாலோ அஞ்சோ தத்துவத்தை எடுத்துக்கோ, அப்புறமா நம்மூர்ல இருந்த ஓஷோ ஜேகே மாதிரியான வாழ்க்கைத் தத்துவம் பேசினவனுங்களோட தத்துவத்தைக் கொஞ்சம் எடுத்துக்க, இந்தத் தத்துவம் எல்லாத்தையும் ஒண்ணா கலந்து கட்டி உன் பாணியில ஒரு தத்துவத்தை உருவாக்கு, அப்படி உருவாக்கக் கஷ்டமா இருக்கா, அதே தத்துவத்தை அப்படியே எடுத்துக்கோ. யாருக்குத் தெரியப் போகுது. அப்புறமா அந்தத் தத்துவங்களுக்கு நடுவுல இந்த மானே தேனே பொன்மானே போதும்." சொல்லி முடித்துவிட்டு அவன் சத்தமாகச் சிரிக்க, நான் அவனை முறைத்தேன்.

"என்னை முறைச்சுப் பார்க்கிறதால எந்தப் பயனும் இல்லை தெரிஞ்சுக்கோ. இன்றைய வாசகனுக்கு, இன்னாருடைய கதையில் இந்த மாதிரியான ஒரு வாக்கியம் வருதுன்னு அவன் மேற்கோள் காட்ட ஒரு தத்துவம் வேணும். அந்தத் தத்துவத்தை நீ வாரி வழங்கினா போதும். உன்னோட கதை எல்லோருக்கும் போய்ச் சேர்ந்திடும்" என்று சொல்லி முடித்த கணேஷின் முகம் இறுக்கமடைந்திருந்தது.

“ஒவ்வொரு எழுத்தாளனும் அவனுடைய வாசகனை எந்தளவுக்கு முட்டாளா வைத்திருக்க முடியுமோ அந்தளவுக்கு முட்டாளாக வைத்திருக்கவே பார்க்கிறான்” என்று சொல்லிவிட்டு ஒரு நொடி நிறுத்தியவன், விரல்களால் பற்றியிருந்த சுருட்டை வாயில் வைத்து, மறுமுனை செங்கனலாகும் வரையில் ஆழமாய் இழுத்தான். “பப்ளிக் ஃபோரம்ல சமகால எழுத்தாளன் ஒருத்தன் சொல்றான், என்னை வாசிக்கிறப்ப உங்க மூளையைக் கழற்றி ஃபிரிட்ஜ் உள்ள வச்சிட்டு வந்திடுங்கன்னு. அப்படி அவன் என்ன தான் எழுதியிருக்கிறான்னு வாசிச்சுப் பார்த்தேன். உன் நண்பர் சாரு அடிக்கடி, ‘மலக்குழி’ அப்படீன்னு ஒரு வார்த்தை சொல்வார்ல, அப்படிதான் இருந்தது. ஆனா அதைத்தான் இங்க கொண்டாடி தீர்த்தானுங்க.” சொல்லி முடித்தவன் அவன் கையிலிருந்த சுருட்டை வாயில் வைத்து மீண்டுமொருமுறை ஆழமாக உள்ளிழுத்தான். அவன் அப்படி உள்ளிழுக்கையில் சுருட்டின் முகப்பிலிருந்த நெருப்புக் கங்கானது, செந்நிற விளக்காய் ஒளிர்ந்ததில் அவனுடைய முகமானது, மேடை நாடக பாணியில் கோபம் கொண்டவனின் முகத்திற்குச் செந்நிற விளக்கை ஒளிர விடும் பாவனையை ஒத்திருந்தது.

“மொழி தெரியாத தேசத்துல திறந்தவெளிச் சிறையில சிக்கிக்கிட்ட ஒருத்தன், அந்தச் சிறையில இருந்து தப்பிக்க எடுத்துக்கிற முயற்சியில ஒரு இடத்துல சிக்கிக்கிறான். பயத்துல அவனுக்குப் பேதியாகிடுது. அது அந்த எழுத்தாளனுக்கு நகைச்சுவையா தெரியுது. புல்ஷிட். என்னன்னு கேட்டா இதுதான் அவல நகைச்சுவைன்னு சொல்றான். ஒரு கீழ்மட்டத் தொழிலாளியோட அவதி அவல நகைச்சுவையாம். கேட்கவே தமாசாயில்ல.” கண்கள் அகல அவன் என்னைப் பார்த்துக் கேட்க, “தோ பார் கணேஷ், உன் பெயருக்குப் பின்னால குவேராங்கிற பேரைச் சேர்த்து நீ வச்சுக்கிட்டதால நீயும் எர்னஸ்டோ குவேராவும் ஒண்ணாகிட முடியாது. என்ன தான் நீ தொண்டைத் தண்ணீர் வற்ற, தொண்டை கிழியக் கத்தினாலும், வர்க்கப் போராட்டம் ஒருநாளும் முடிவுக்கு வராது. ஜார்ஜ் ஆர்வெல் எழுதின 1984 நாவலை நீயும் வாசிச்சிருப்பன்னு நினைக்கிறேன். ஒடுக்குமுறைக்கு எதிரா கிளர்ந்தெழுற ஒவ்வொரு போராளியும் மேலேறி வந்துட்டா அவனும் தனக்குக் கீழே இருக்கிற ஒவ்வொருவனையும் ஒடுக்குமுறைக்குத்தான் உள்ளாக்குவான். சரியா.” என்று சொல்லிவிட்டு ஒரு நொடி நிதானித்தவன்,

“நீ சொல்ற அந்தக் கதையை நானும் வாசிச்சிருக்கேன். அந்த எழுத்தாளனுக்கு என்ன தெரியுமோ அதை எழுதியிருக்கிறான். இன்ஃபாக்ட் அதை மட்டும்தான் அவனால எழுதவும் முடியும். அதுக்கு ஏன் நீ நரம்பு புடைக்கக் கத்திட்டு இருக்கிற...? இது பொது மேடை இல்லை” என்று லீன் பால் அவனுக்கு நிதானமாகப் பதிலளித்தான்.

யெஸ் என்று தனக்குள்ளேயே முனகிக்கொண்ட கணேஷ் ‘குவேரா’, “ஐயாம் சாரி. கொஞ்சம் உணர்ச்சிவசப்பட்டுட்டேன்” என்றான் நிதானமாக. பின் அவனே, “இப்ப அந்தக் கதையைப் பத்தி பேசுறப்ப என்னோட சின்ன வயசுல நடந்த ஒரு நிகழ்ச்சி நினைவுக்கு வருது. சொல்லவா” என்று கேட்டான். சரி என்பதாய் ஒருசேர நானும் லீன் பாலும் தலையசைக்க, “எனக்கு அப்ப பதின்மூன்று பதினாலு வயசு இருக்கலாம். ஒரு வீட்டோட மாடியில நாங்க வாடகைக்கு இருந்தோம். கீழ்வீட்டுல அந்த வீட்டோட ஓனர் குடும்பம். மாடியில எங்க குடும்பம். அந்த வீட்டு ஓனர், அவர் வீட்டுக்கு முன்ன இருந்த காலி மனையில ஒரு வொர்க்ஷாப் வச்சிருந்தார். டூவீலர் ஃபோர் வீலர் இரண்டுமே இருந்த வொர்க்ஷாப் அது. அங்க இருந்த டூவீலர் வொர்க்ஷாப்ல இருந்த மெக்கானிக் பெயர் மணி. பெரும்பாலான நேரம் ஃபுல் போதையிலதான் இருப்பான். அவன் போதையில இருக்கிறப்ப நான் அவன்கூட போய் வொர்க்ஷாப்ல நின்னுப்பேன். அது ஏன் போதையில நிற்கிற நேரம் மட்டும்னா, அந்த நேரத்துலதான் பைக்கோட மெக்கானிசம் எல்லாம் எனக்குக் கத்துத் தருவான். ஒருதரம் அவன்கிட்ட வேலைக்கு வந்த யமஹா பைக்கை, டிஸ்மாண்ட்டில் பண்றதுல இருந்து அசெம்பிள் பண்றது வரைக்கும் எப்படின்னு எல்லாம் எனக்குக் கத்துக்கொடுத்தான். ஆனா அவன் தெளிவா இருக்கிற நேரத்துல, அவன் பக்கம் போனேன்னா அவனுக்குச் சொந்தமான ஸ்பானர், ஸ்க்ரூ ட்ரைவரைக் கூட என்னைத் தொடவிட மாட்டான். அவன் தெளிவா இருக்கிற நேரம், நான் அந்த வீட்டுல குடியிருக்கிற பையன். போதையில இருக்கிறப்ப நான் அவனோட எடுபிடி பையன். சுருக்கமா சொல்லணும்னா சம்பளம் வாங்காத - கொடுக்கத் தேவையில்லாத ஒரு அப்ரண்டிஸ் பையன்” அவன் சொல்லி நிறுத்தவும் நான் லீன் பாலைப் பார்த்தேன். அவன் தன்னுடைய இருகையையும் கோர்த்து, ஆட்காட்டி விரல்களை

மட்டும் நீட்டி அதைத் தன் கூரான நாசியின் நுனியிலிருந்து நெற்றிப் பொட்டிற்கும் நெற்றிப் பொட்டிலிருந்து நாசியின் நுனிக்குமாகத் தேய்த்துக் கொண்டிருந்தான். வெளியிலிருந்து பார்ப்பவர்க்கு அவன் உன்னிப்பாய் சுவாரஸ்யமாய் கதைகேட்பதைப் போன்றிருக்கும். ஆனால் அது அவனது அசுவாரஸ்யத்தின் குறியீடு என்பது எனக்கு மட்டுமே தெரியும். அதனால் கணேஷிடம் "இந்தக் கதையை ஏற்கெனவே எங்ககிட்ட சொல்லியிருக்க" என்று சொல்லி நிறுத்தினேன்.

அதை ஆமோதிப்பதைப் போலத் தலையை ஆட்டிக் கொண்டவன், சாம்பல் கிண்ணத்தின் மேலிருந்த சுருட்டை எடுத்து வாயில் வைத்து ஒரு முறை இழுத்துக் கொண்டான். "என்னால லீன் மாதிரியோ இல்லை உன்னை மாதிரியோ முதல் வரியிலேயே கதைக்குள் போய்விட முடியாது. கதைக்குள் போகும் முன்பாக அந்தச் சூழலைச் சொல்லிச் சென்றால் மட்டுமே என்னால் கதைக்குள் செல்ல முடியும். அது உங்களுக்கும் தெரியும்" என்றான். அதற்கு நானும் லீனும் ஆமோதிப்பதாய் தலையசைத்துக் கொண்டோம்.

"எனக்கு பைக் மேல அதீத காதல் உருவான முதல் புள்ளியும் அதுதான். விதவிதமான பைக்குகள் வேலைக்கு வரும். ஒவ்வொரு பைக்கையும் தொட்டுப் பார்த்து, தடவிப் பார்த்து, சீட்ல ஏறி உட்கார்ந்து, ஸ்டார்ட் பண்ணிப் பார்த்து அது ஒருவகையான போதை. அதனாலதான் இப்பவும் என்னுடைய பைக்கை எங்கேயாச்சும் நிறுத்தியிருக்கிறப்ப, யாராச்சும் வந்து என்னோட பைக்கை ஆசையோட தொட்டுப் பார்க்கிறப்போ எனக்கு என்னோட அந்த அப்ரெண்டிஸ் காலம்தான் என் நினைவுக்கு வரும்" என்று சொல்லி நிறுத்தியவனின் முகத்தைப் பார்த்தேன். அவன் ஏதோவொரு கனவுலக சஞ்சாரத்திற்குள் போய்விட்டதைப் போன்றிருந்தது.

"முன்னயெல்லாம் வீட்ல படிக்காம இருக்கிற பசங்களைப் பார்த்து நீ ஆடு மேய்க்கதான் போவ, ஹோட்டல்ல டேபிள் துடைக்கிற சர்வராதான் போவன்னு சொல்லித் திட்டுவாங்க. அதுல கொஞ்சம் விஷயம் தெரிஞ்ச பெத்தவங்க மெக்கானிக்கா தான் போக வேண்டி வரும்ன்னு சொல்லித் திட்டுவாங்க. இப்ப என் விஷயத்துல பார்த்தா நான் பெரும்பாலான நேரம் அந்த

மெக்கானிக் ஷெட்லயேதான் உட்கார்ந்திருக்கேன். படிப்புன்னு பார்த்தாலும் சராசரிக்கும் கீழ. என்கிட்ட சொல்லி என்னைத் தடுக்கப் பார்த்தாங்க. பட்” பேசுவதை நிறுத்திவிட்டு எங்களைப் பார்த்துப் புன்னகைத்துக் கொண்டான். “அடுத்த கட்டமா வீட்டு ஓனர்கிட்ட போய், இங்க பாருங்க கிஷோர் உங்க பைக் ஷெட் மெக்கானிக் எங்க பையனைப் படிப்புல கான்சன்ட்ரேட் பண்ண விடாம அவனோட ஷெட்ல கூட்டிட்டுப் போய்ச் சம்பளம் இல்லாத வேலைக்காரனா வச்சு வேலை வாங்குறான்” இயல்பாய் பேசிக்கொண்டிருந்தவனின் குரல் சட்டென கார்ட்டூன் உடல்மொழியோடு கார்ட்டூன் குரலாக மாறியது எனக்கும் லீனுக்கும் சிரிப்பை வரவழைத்தது. அவனும் எங்கள் சிரிப்போடு இணைந்துகொண்டான். “அப்புறமா என்னாச்சு” என்று லீன் கேட்கவும், “கிஷோர் நேரா மணிகிட்ட வந்து, உனக்குக் கை உதவிக்கு ஆள் வேணும்னா சம்பளத்துக்கு ஒரு பையனை வேலைக்கு வச்சுக்கோ சம்பளம் கொடுக்க முடியலியா...! அப்ப நீயே தனியே உக்காந்து உன் வேலையைப் பார்த்துக்கோ. ஆனா இனி அந்தப் பையனை நீ இங்க கூப்பிட்டு உட்கார வைக்கக் கூடாது. அப்படி ஒருவேளை நான் அந்தப் பையனை இந்த ஷெட் பக்கம் பார்த்தேன்னா, நீ இந்த ஷெட்டைக் காலி பண்ணிட்டு வேற ஷெட்டைப் பார்த்துட்டுப் போயிட வேண்டியதுதான்னு சொல்லி மிரட்டிட்டான். இதை மணியும் அப்படியே என்கிட்ட சொல்லி இனி இந்த ஷெட் பக்கம் வராதேன்னு சொல்லிட்டான். எனக்குத் தெரியும். அவன் போதையில இருக்கிறப்ப அவனால கண்டிப்பா வேலையை ஒழுங்கா பார்க்க முடியாது. எப்படியும் என்னைக் கூப்பிடுவான்னு நம்பிட்டு இருந்தேன். அப்பத்தான் மணியைத் தேடி ஒரு அம்மா அவங்க பையனோட அங்க வந்தாங்க, அந்தப் பையனுக்கு அதிகபட்சம் போன எட்டுப் பத்து வயசிருக்கலாம். யூ நோ சம்திங் மணி ஒரு சரியான ஸ்திரிலோலன். வுமனைசர். லீகலாவே அவனுக்கு அப்ப மூணு பொண்டாட்டிங்க இருந்தாங்க. லீகலான்னு நான் சொல்றது எல்லோருக்கும் தெரிஞ்சு. ‘இபிகோ’ படியான லீகல் அர்த்தத்துல இல்லை. அந்த மூணு லீகல் போக இல்லீகலா எனக்குத் தெரிஞ்சு ஒண்ணோ ரெண்டோ இருந்தது. ஒருவேளை அதுக்கு மேலயும் கூட இருந்திருக்கலாம். எத்தனைன்னு எனக்குத் தெரியாது. ஆனா நிறைய கனெக்ஷன் உண்டு அது மட்டும் எனக்கு நல்லாவே தெரியும். வாரத்துக்கு

ரெண்டு நாள் கை மணிக்கட்டுல மல்லிகைச் சரத்தை சுத்திட்டு ஷெட்டுக்கு வந்திடுவான். அப்படி அவன் மல்லிகைச் சரத்தைக் கைல சுத்திட்டு வர்றப்ப அவன் முகத்தைப் பார்க்கணுமே. புதுசா ஒரு பைக் வாங்கி அதுல உட்காரப் போகிறப்ப ஒரு பரவசம் நம்ம முகத்துல வருமே அந்த மாதிரியான பரவசம் கூடவே கொஞ்சம் வெட்கமும் அவன் முகத்துல இருக்கும். பெண் சுகம் ஒரு தீராத சுகம்."

"உனக்கு பைக் ஓட்டுற சுகம் மாதிரி" நான் இடைமறித்தேன்.

"ஆமா" என்று புன்னகைத்துக் கொண்டவன். "அன்னைக்கு அங்க வந்த பெண்ணை, அவனோட படுத்து எழுந்த ஏதோவொரு பெண் தான் தன் பிள்ளையோட வந்திருக்குன்னு நினைச்சேன். ஆனா அந்த லேடி வந்தது, அவ பையனை மணிகிட்ட அப்ரெண்டிஸா சேர்க்கிறதுக்குன்னு தெரியவந்தப்ப - என் இடத்தைப் பறிக்க இன்னொருத்தன் வந்துட்டான்கிற நினைப்பால ஒரு நொடி எனக்கு ஆத்திரம் அழுகை கோபம்னு என்னவெல்லாமோ கலந்து கட்டின ஃபீல் வந்திடிச்சு" சொல்லி நிறுத்திவிட்டு, அவன் கையில் புகைந்துகொண்டிருந்த சுருட்டின் நெருப்பு முனையைப் பார்த்துக் கொண்டான். சாம்பல் பூத்திருந்த கனலிலிருந்து புகை நூலைப் போலச் சில மில்லிமீட்டர் உயரம் வரை நேராகச் சென்று பின் அகலமடைந்து காற்றோடு தன்னைப் பிணைத்துக் கொண்டது.

"கிஷோர் ஒரு ஜெர்மென் ஷெப்பர்ட் வளர்த்துட்டு இருந்தான். ட்ரிப்பிள் கோட் ஜெர்மன் ஷெப்பர்ட். அதுக்கு ஜிம்மின்னு பேர் கூட வச்சிருந்தான். காதலிக்க நேரமில்லை படத்துல குட்டி பத்மினி நாகேஷ்கிட்ட அவ அப்பா ஆசையா வளர்த்த நாய் செத்துப் போயிட்ட கதையைப் பத்தி பேசுறப்ப, நாகேஷ் ஒரு கேள்வி கேட்பான். நாய்க்குப் பேர் வச்சீங்களே சோறு வச்சீங்களான்னு. அந்தக் கேள்வி யாருக்குப் பொறுந்துதோ இல்லியோ கிஷோருக்கு நல்லா பொருந்திப் போகும். தினமும் அஞ்சு ரூபாய்க்கோ பத்து ரூபாய்க்கோ பீஃப் வேஸ்ட் வாங்கி, மதியம் ஒருவேளை தான் அதுக்கு சோறு வைப்பான். தினமும் ஒருவேளை சாப்பாடு கொடுத்தா தான் நாய்ங்க ஆக்டிவா இருக்குமாம். எவன் அவனுக்கு இந்த மாதிரி சொல்லிக்கொடுத்தான்னு தெரியல. ஒருவேளை சோறு வைக்கச் சோம்பற்பட்டு இவனே அப்படியொண்ணை சொல்லிக்கிட்டானான்னும் தெரியல. ஆனாலும் அந்த ஜெர்மன்

ஷெப்பர்ட் இருக்கே, அதுக்கு வயிறு நிறைய சாப்பாடு கிடைக்குதோ இல்லியோ, அது உடம்புல வளர்ந்திருக்கிற மயிரால அது ரொம்ப புஷ்டியானதா தெரியும். தினமும் ராத்திரி நான் அதுக்குக் கொஞ்சம் சாப்பாடு வைப்பேன். கிஷோருக்குத் தெரியாம. ஏன்னா அதான் ஏற்கெனவே சொன்னேனே. நாய்களுக்கு ஒருவேளைதான் சாப்பாடு வைக்கணும். அப்பத் தான் அது தூங்காம எச்சரிக்கையா இருந்து வீட்டைப் பாதுகாக்கும்னு. தனியொருவனுக்கு உணவில்லையெனில் ஜகத்தினை அழித்திடுவோம்னு பாரதி சொன்னான் இல்லியா. ஆனா அது தப்பு. தனியொரு உயிருக்கு உணவில்லையெனில் ஜகத்தினை அழித்திடுவோம்னு அவன் சொல்லியிருக்கணும். ஜெமோ சொல்ற மாதிரி யானைகள் வாழும் காட்டில் எறும்புக்கும் இடமிருக்கு இல்லியா.” அவன் குரல் சற்று தழுதழுத்ததைப் போன்றிருக்க, அவன் முகத்தைப் பார்த்தேன். அவனது கண்கள் அவனுடைய விரல்கள் பற்றியிருந்த சுருட்டின் நெருப்பின் மேல் பதிந்திருந்தாலும் அவனுடைய சிந்தை வேறெங்கோ ஓட்டிக் கொண்டிருப்பதை உணர முடிந்தது.

“அந்தம்மா அவங்க பையனோட அங்க வந்த நேரத்துல ஜிம்மி அதோட கட்டை அவிழ்த்துட்டு அங்க வந்திடிச்சு. நான்தான் அதை அவிழ்த்துவிட்டேன்னு நினைச்சிடாதீங்க. நோ ஐயாம் நாட். ஐயாம் நாட்” கலங்கியிருந்த கண்களோடு தலையை இடவலமாக ஆட்டிக் கொண்டான்.

“யூ நோ சம்திங். ‘பயத்துல பேதி போயிட்டான்’. அப்படீங்கற வாக்கியத்தை நாம படிச்சிருப்போம். ஆனா அன்னிக்கு என் கண் முன்னே நான் பார்த்தேன். ஜிம்மி அந்தப் பையனைப் பார்த்து ஓடி வரவும் - அந்தப் பையனுக்கு என்ன பண்ணன்னு தெரியாம - பயந்துபோய் - அவங்கம்மா கையைப் பிடிச்சிட்டு - அந்தம்மாக்கும் என்னப் பண்ணன்னு தெரியாம - ஜிம்மி அவன் மேல பாயாம நான் பிடிச்சிக்கிட்டேன். தினமும் சாப்பாடு வைக்கிறேனே. அதோட குணநலன் எப்படின்னும் எனக்குத் தெரியுமே. அது பயமுறுத்த மட்டும் தான் செய்யுமே தவிர கடிக்கிற அளவுக்கு வீரமானது கிடையாது. ஆனா அது அந்தப் பையனுக்கோ அவனோட அம்மாவுக்கோ தெரியாதே. நான் ஜிம்மியோட கழுத்துப் பட்டையைப் பிடிச்சிட்டு, இது ஒண்ணும் பண்ணாதுன்னு சொல்றேன். அவங்க அவங்களோட பீதியில இருந்து வெளியே வரல. அப்பத்தான் அந்தப் பையனைக்

கவனிச்சேன். அந்தப் பையன் தொடை தெரியுற அளவுக்கான ட்ரவுசர்தான் போட்டிருந்தான். அந்த ட்ரவுசர் ஈரமாகி, தொடை வழியா மஞ்சளா அவனோட மலம் வழிஞ்சிட்டு இருந்தது. பயத்துல பேதியானது கூடத் தெரியாத அளவுக்கு அவனோட முகம் பீதியடைஞ்சிருந்ததைப் பார்க்கிறப்ப எனக்குச் சிரிப்பு வந்திடிச்சு. ஆனா வெளிப்படையா சிரிக்க முடியாது. அதனால திமிறிட்டு இருந்த ஜிம்மியை அடக்குற மாதிரி குனிஞ்சு எனக்குள்ளேயே சிரிச்சிக்கிட்டேன். அந்தம்மாவும் அந்தப் பையனும் அவங்க முகத்துல இருந்த பயம் மாறாம அங்கேருந்து கிளம்பிப் போனப்ப எனக்கொரு ஆசுவாசம் கூட வந்தது. அவங்க இரண்டு பேருக்கும் எதுவும் ஆகலங்கிற ஆசுவாசம் இல்லை அது. எனக்கான இடத்தை இந்தப் பையன் பறிச்சிட மாட்டான்கிற ஆசுவாசம்." என்று சொல்லி நிறுத்தியவன் இம்முறை வெகுநிதானமாகச் சுருட்டை வாயில் வைத்து இழுத்து நிதானமாகப் புகையை வெளியேற்றினான். பின் அதே நிதானத்தோடு, "நீ ஒரு எழுத்தாளன் தானே. இப்ப நான் உன்கிட்ட சொன்ன என்னோட அனுபவத்தை உன்கிட்ட எழுதச் சொல்லிக் கேட்டேன்னா நீ இதுல யாரோட பார்வையில இருந்து எழுதுவ...? அதாவது நீ எழுதப்போவது தன் எல்லைக்குள் நுழைந்த அந்நியனைப் பார்த்து எச்சரித்த ஜெர்மன் ஷெப்பர்டைப் பற்றியா அல்லது வேலை கேட்டுத் தயக்கத்தோடு உன் வீட்டிற்கு வந்த அந்தச் சிறுவனைப் பற்றியா அல்லது ஜெர்மன் ஷெப்பர்டைப் பார்த்துப் பயந்து தன் நிஜாரிலேயே மலம் கழித்துவிட்ட அச்சிறுவனின் நிலையைக் குறித்து புன்னகைத்த என்னைப் பற்றியா அல்லது இம்மூவரையும் வெளியிலிருந்து பார்க்கும் உன்னுடைய பார்வையையா அல்லது" என்று என்னை நோக்கிக் கேள்வி எழுப்பிக்கொண்டிருந்த கணேஷ் குவேராவின் பேச்சைத் தடை செய்வதைப் போன்று சத்தமாகச் சிரித்தான் லீன் பால். நானும் கணேஷூம் லீனைத் திரும்பிப் பார்த்தோம். தன் பற்களால் கடித்து வைத்திருந்த பைப்பை ஒரு இழுப்பு இழுத்துவிட்டு, அதன் அடர்த்தியான புகையை வாய் வழியே கசிய விட்டவன், "ஜெர்மன் ஷெப்பர்ட் - வேலை தேடிவந்த ஒரு சிறுவன் - வேலையில்லை என்று சொல்லும் எண்ணத்தோடு அங்கே நின்றிருக்கும் ஒரு சிறுவன் என அந்தக் கதையில் மூன்று பேர் இருக்கிறார்கள். இங்கே நிஜத்திலும் நாம் மூன்று பேர் இருக்கிறோம். இதில் யார் யார், யார் யாரென நமக்குள் தீர்மானித்துக் கொள்வதற்கு முன்பாக இம்மூன்றையும்

வெளியிலிருந்து பார்க்கும் அந்த நாலாவது மனிதன் யாரென நான் தெரிந்துகொள்ளப் பிரியப்படுகிறேன்" என்றான் அவனது புன்னகை மாறா முகத்தோடு.

அவன் அவ்வாறு கேட்டு முடித்ததுதான் தாமதம். இந்த நாற்காலியில் நான் அமரலாமா எனக் கேட்டபடியே நரை கூடியிருந்த தன் தாடியைக் கையால் நீவியபடியே குளிருக்கு அணியும் குல்லாவை அணிந்த ரஜினி அங்கே கிடந்த காலி நாற்காலியில் வந்தமர்ந்தான். நாங்கள் மூவரும் ஒருசேர அவனைத் திரும்பிப் பார்த்தோம். "கொஞ்சம் லேட்டாகிடிச்சு. ஆனாலும் ரொம்ப லேட்டாகலன்னு நினைக்கிறேன். உங்களோட உரையாடல்ல நானும் கலந்துக்கலாமா" எனக் குறும்பு தொனிக்கும் கண்களோடும் ஊடுருவும் பார்வையோடும் கேட்டான்.

"வித் பிளஷர்" என்றேன் நான்.

"கலந்துக்கக்கூடாதுன்னு சொன்னா உடனே எழுந்து போயிடுவியா" என்றான் கணேஷ்

"இன்னும் உன்னைக் காணலியேன்னு எதிர்பார்த்துட்டு இருந்தேன்" என்றான் லீன் பால்.

ரஜினி அவனுடைய புன்சிரிப்பு மாறாமல், "என்ன வழக்கமான அரட்டையா இல்லாம நாலாவது ஆளைத் தேடுற அளவுக்கு ரொம்ப சீரியஸான டிஸ்கஷன் போயிட்டு இருக்கு போல" என்று கேட்ட கேள்விக்கு, "அதெல்லாம் ஒண்ணுமில்லை. வழக்கம்போல நம்ம கணேஷ் குவேரா உணர்ச்சிவசப்பட்டுப் பேசிட்டு இருந்தான்" என்று அவனுக்கு லீன் பால் எள்ளலாகப் பதிலளிக்கவும், "என் உள்ளத்தை அழுத்திட்டு இருக்கிற ஒரு விஷயத்தைப் பத்தி பேசினா உணர்ச்சிவசப்படுறேனா" கணேஷ் குவேராவிடமிருந்து வார்த்தைகள் சற்றுக் கடுப்போடு வெளிவந்தது.

"நடந்து முடிந்துபோன விஷயங்களைப் பற்றி உணர்ச்சி பொங்க பேசி எதுவும் ஆகப்போறதில்லை கணேசா" அவனுக்குத் தன்னுடைய நிதானமான குரலில் பதிலளித்தான் ரஜினி.

"முன்னெப்போதோ நடந்த விஷயங்களோட பாதிப்புதான் பின்னெப்போதும் அதே மாதிரியான விஷயங்களை நடக்கவிடாம நடத்தவிடாம நம்மை வழிநடத்துது. அதனால எப்பவோ நடந்த

விஷயம். அதைப் பத்தி இப்ப பேசி என்னவாகப் போகுதுன்னு நீ கேட்கிறதுல எனக்கு எந்தவிதமான உடன்பாடும் இல்லை ரஜினி" என்றான் கணேஷ்.

"உஃப்" என்று வாயால் சப்தம் எழுப்பியபடி லீன் பால் அவனுடைய நாற்காலியில் சாய்ந்தமர்ந்து கொள்ள, ரஜினி மட்டும் புன்னகை மாறா முகத்தினோடு கணேஷைப் பார்த்தபடிக்கு அமர்ந்திருந்தான்.

"மன்னிக்கவும் தோழர்களே. அந்த எழுத்தாளனோட எழுத்து என்னைக் கோபமூட்டிடிச்சு. அதனால கொஞ்சம் ஹார்ஷா பிகேவ் பண்ணிட்டேன். சாரி சாரி" என்று சொல்லிவிட்டு சாம்பல் கிண்ணத்தின் மேலிருந்த சுருட்டை எடுத்து வாயில் வைத்துக் கொண்டான்.

"எழுத்துத் துறையில இருக்கிற இவனை வச்சிட்டே இவனைச் சாட்சியா வச்சிட்டே" என்று சொல்லி ஒரு நொடி நிறுத்திவிட்டு, என்னைப் பார்த்தான் ரஜினி, நான் மேலே சொல்லு என்பதாய் தலையசைத்து அவனுக்கு அனுமதி கொடுக்கவும், "எழுத்தாளன்னு தன்னைக் காட்டிக்கிற அத்தனை பேருமே ஏதோவொரு வகையில மற்ற எல்லோரையும் தனக்குக் கீழானவனாதான் பார்க்கிறான்" மீண்டும் என்னைத் திரும்பிப் பார்த்தான் ரஜினி. நான் எதுவுமே சொல்லாமல் அமர்ந்திருக்க, "விதிவிலக்குகள் இருக்கிறாங்க. ஆனா அது ரொம்பவே சொற்பம். இல்லியா லீன் பால்" என்று லீன் பாலைத் திரும்பிப் பார்த்து அவன் கேட்க, லீன் பால், "சொல்றதை எல்லாம் சொல்லிட்டு, விதிவிலக்கு, பெரும்பாலான வார்த்தைகளை மட்டும் சேர்த்துட்டா போதும். உள்ளுக்குள்ள இருக்கிற வன்மத்தைக் கொட்டினா மாதிரியும் ஆகிடும். எனக்குள்ள வன்மம் இல்லைன்னு நிரூபிச்ச மாதிரியும் ஆகிடும்ல" என்று சொல்லிவிட்டு அவன் சிரித்தான்.

கணேஷ் சத்தமாகச் சிரிக்க, நான் ரஜினியின் முகத்தைப் பார்த்தேன். அவனுடைய முகத்தில் வழக்கமான புன்சிரிப்பே வீற்றிருந்தது. அந்தப் புன்சிரிப்பின் பின்னே பல அர்த்தங்களை அவன் பொதிந்து வைத்திருப்பதையும் போலிருந்தது.

"நூறு சதவிகிதம் உண்மை தான் லீன் பால். அதனால நான் விதிவிலக்குன்னு சொன்ன வார்த்தையை வாபஸ் வாங்கிக்கிறேன்.

ஓவியம் போன்ற எழுத்துகளால் வரையப்பட்ட கோட்டோவியம்

தங்களை அறிவுத்துறைன்னு வரிஞ்சு கட்டிக்கிற ஒவ்வொரு எழுத்தாளனும், தங்களைச் சுற்றி இருக்கிற ஒவ்வொருத்தனையும் அடிமுட்டாளாதான் பார்க்கிறான்.” என்னைத் திரும்பிப் பார்த்த ரஜினி, “நீயும் அதில் விதிவிலக்கில்லை” என்று முடித்தான்.

என்னுடைய கண்ணும் அவனுடைய கண்ணும் ஒருசேர சந்தித்தன. அவனுடைய கூற்றை ஆமோதிப்பதாய் நான் அவனைப் பார்த்துப் புன்னகைக்கவும், அவனுடைய முகத்தில் ஒரு சிறு புன்னகை விரிந்தது.

“கணேசா நீ பேசிட்டு இருந்த மலப்பிரச்சனைக்கு நானும் வர்றேன். உணவின் மகத்துவத்தைப் பத்தி பேசின உஸ்தாத் ஹோட்டல் படத்தை நீங்க பார்த்திருக்கிறீங்க தானே” எங்கள் மூவரையும் அவன் தனித்தனியாகப் பார்த்தான். பின் அவனே, “ஒரு எழுத்தாளன் அவனோட ப்ளாக்ல அந்தப் படத்தைப் பத்தி பேசுறப்ப, சாரி எழுதுறப்ப, அந்தப் படத்தில் வரும் ஜெயப்பிரகாஷ் கதாபாத்திரம், மனப்பிறழ்வு அடைந்த ஒருவன் தன்னுடைய மலத்தைத் தானே தின்றதைப் பார்த்ததைப் பற்றிப் பேசும், அந்த நிகழ்வே உணவு என்பது அனைவருக்குமானது என்கிற எண்ணத்தை அவனுக்குள்ளே தோற்றுவித்ததாகச் சொல்லும். மனப்பிறழ்வு கொண்டவனாக இருந்தாலும் அவன் மலத்தை அவனே எப்படித் தின்பான் அல்லது தின்பதற்கு முயற்சிப்பான்” அப்படீன்னு கேட்டு எழுதியிருந்தான். அறிவுச் சமூகம் எல்லா விஷயத்தையும் அவங்க அறிவுக் கண்ணைக் கொண்டே பார்க்கும். அவங்களோட பார்வை ஏதோ பிரபஞ்சம் அளவுக்கு நீளுறதா யோசித்தும் கொள்ளும். ஆனால் அறிவு அறிந்தவரையில் - அனுபவம் எந்தளவுக்குக் கிடைத்திருக்கிறதோ - அந்தளவிற்குத்தான் அவர்களுடைய பார்வையின் தூரமும் இருக்கும். இதுவரையில் எந்த எழுத்தாளனாவது மரணத்திற்குப் பின்னான வாழ்க்கையைப் பற்றிப் பேசியிருக்கிறானா...? கிடையாது. மரணத்திற்குப் பின்னான அவனுடைய உலகம் என்பது ஏற்கெனவே அவன் எங்கோ படித்த அறிவை வைத்துக் கட்டும் ஒரு புனைவு உலகமாகத்தான் இருக்கும். இல்லியா” என்று என்னைப் பார்த்துக் கேட்டான்.

“நீ சொல்றது கொஞ்சம் குழப்பமா இருக்கு” என்றேன்.

தன் வலக்கை பெருவிரலால் நாடியை அழுத்திக்கொண்டு, ஆட்காட்டி மற்றும் நடுவிரல்களால் நெற்றிப் பொட்டைத் தேய்த்துக்

கொண்டே என்னைப் பார்த்தவன், "நீ உன்னோட சின்ன வயசுல, கண்ணாடித் தொட்டியில கலர் கலரா மீன் வளர்த்ததா சொல்லியிருக்கிறேல" என்று கேட்டான். நான் ஆமாமென்றேன். "தொட்டியில கிடந்த மீன்களுக்கு முதல்முறையா மண்புழுவை உணவா போட்டப்ப, அந்தத் தொட்டிக்குள்ள வளர்ந்து வந்த மீன்கள் கூட்டம் ஒண்ணுக்கொண்ணு சண்டை போட்டு அந்த மண்புழுக்களைச் சாப்பிட்டதைப் பத்தி சொன்னப்ப, அந்தக் கூட்டத்துல இருந்த டைகரோ கௌராவோ ஏதோவொரு ரௌடி மீன் மட்டும் நீ போட்ட புழுக்கள்ல ஒரு புழுவைக் கூட வேறெந்த மீனுக்கும் கொடுக்காம, அதுங்களைச் சாப்பிட விடாம சாப்பிட்டதுன்னு சொல்லியிருக்கிற ஞாபகம் இருக்கா."

"டைகர்ன்னுதான் நினைக்கிறேன்" என்றேன்.

"வாட்ஸோ எவர். அதோட முடிவு எப்படி அமைஞ்சதுன்னு நீயே சொல்றியா இல்லை நீ சொன்னதை வச்சு நான் சொல்லவா...?"

"அது அளவுக்கு அதிகமா சாப்பிட்டதால, அதோட வயிறு கிழிஞ்சு அது சாப்பிட்ட புழுக்கள் எல்லாம் வயித்துல இருந்து வெளியே வந்து, ஒருவேளை அந்த மீனோட குடலா கூட அது இருக்கலாம்னு கூட அந்த நேரத்துல யோசிச்சிருக்கேன். ஆனா இப்ப யோசிக்கிறப்ப அதோட வயித்துல இருந்து வெளியே வந்தது குடலா இருக்க வாய்ப்பில்லைன்னு நல்லா தெரியுது. ஏன்னா அதோட உடம்பை விடவும் நீளமா - மண்புழுவோட கனத்துலதான் அதோட வயித்துல இருந்து வெளியே வந்து நெளிஞ்சுட்டு இருந்தது."

"அதோட மரணம்..."

"நாலோ அஞ்சோ நாள்களுக்கு அப்புறமாதான் நிகழ்ந்தது."

"அதுவரையிலும்..."

"மீன் தொட்டியில இங்குமங்குமா நீந்திட்டேதான் இருந்தது."

ரஜினி லீனையும் கணேஷையும் பார்க்குமாறு கண்ணசைத்தான்.

கணேஷ் ஆச்சர்யம் மற்றும் அதிர்ச்சியோடு அமர்ந்திருக்க, லீன் பாலோ அவநம்பிக்கை தொனிக்கும் பார்வையோடு அமர்ந்திருந்தான்.

“இதைப் பத்தி உன்னோட அபிப்பிராயம் என்ன லீன்” என்று கேட்டான் ரஜினி

“ஐ டோண்ட் பிலீவ் திஸ்” என்று அவனிடமிருந்து பதில் வந்தது.

“உன்னோட அபிப்பிராயம்” என்று ரஜினி கணேஷிடம் கேட்க, “இந்தக் கதையை நீ சொல்லியிருந்தா நானும் லீனை மாதிரி அவநம்பிக்கையாதான் இருந்திருப்பேன். ஆனா வளர்த்தவனே சொல்றப்ப நம்பாம இருக்கவும் முடியல. அதே நேரம் நம்பவும் முடியல” என்றான். பின் அவனே, “ஒரு மனுஷனுக்கு மண் - பெண் - பொன் இந்த மூணு விஷயத்துலயும் எப்பவுமே ஒரு போதாமை இருக்கும். இந்த மூணையும் தாண்டி யோசிச்சாலும் அவனுக்கு இல்லை இது போதாது, இது போதாதுன்னு ஒரு நிறைவற்ற தன்மை இருந்துட்டேதான் இருக்கும். அப்படி அவனுக்கு நிறைவுத் தன்மை வந்துடிச்சுன்னா - அதோட அவனது வளர்ச்சி நின்னு போயிடும். ஆனா உணவு விஷயத்துல மட்டும் - அவன் வயிறு நிறைஞ்ச அப்புறமா ஒரு கவளம் இல்லை ஒரு பருக்கை சோறு கூட அவனால சாப்பிட முடியாது. உணவு விஷய்த்துல மனுஷன்னு இல்லை ஒவ்வொரு உயிருக்குமே இது தான் நிலைமை. இது தானே இயற்கையோட விதி” என்று முடித்தான்.

“வயிறு வெடிக்க அது சாப்பிட்டதைக் கூட என்னால புரிஞ்சுக்க முடியுது. ஆனா அதுக்கு அப்புறமாவும் அதாவது வயிறு வெடிச்சதுக்கு அப்புறமாவும் அது நாலு நாள் வாழ்ந்ததுன்னு சொல்றதை என்னால ஏத்துக்க முடியாது” என்றான் லீன் பால்.

“மீன்களுக்கு நரம்பு மண்டலம் கிடையாது” என்று வழக்கமான புன்னகை ததும்பும் முகத்தோடு ரஜினி சொல்ல, “ஸோ” என்று லீன் பால் கேட்டான்.

“அவற்றுக்கு வலியை உணர்ந்துகொள்ளும் ஆற்றல் கிடையாது. இன்ஃபாக்ட் அந்த மீனுக்கு அதோட வயிறு கிழிஞ்சு போயிருக்குங்கிறதை அது உணர்ந்திருக்கவே செய்யாது. அப்புறமாவும் அது நாலு நாள்ல எப்படி இறந்திருக்கும்னா, அது சாப்பிட்ட உணவு எதுவுமே அது வயித்துல தங்கியிருக்காம வெளியேறிப் பசியாலதான் இறந்திருக்கும்” என்று முடித்த ரஜினி என்னைப் பார்த்து, “உன்னோட நேரடி அனுபவத்தை நீ பகிர்ந்துகிட்ட, ஆனா இவங்க ரெண்டு பேருக்கும் அது புது

அனுபவம். அவங்களால அதை நம்ப முடியல - அவங்களால அதை ஏத்துக்கவும் முடியல. தர்க்கரீதியா உன்னால அதை மறுபடியும் ஒருமுறை நிரூபிக்கவும் முடியாது. இந்த மீன் விஷயத்துல உன் பார்வையின் தூரம் அதிகம். நாளையே வேறொருத்தன் வந்து உன்கிட்ட நான் வளர்த்த மீன் வயிறு வெடிச்ச அப்புறமாவும் நாலு நாள் உயிர் வாழ்ந்ததுன்னு சொன்னா உன்னால ஏத்துக்க முடியும். ஆனா இவங்களால முடியாது." சொல்லிவிட்டு நமுட்டுச் சிரிப்பு சிரித்தவன், "ஏப்ரல் *20, 1945* அன்னிக்கு லாய்ட் ஓல்சன்னு ஒருத்தனுக்கு சிக்கன் சாப்பிட ஆசை வந்திடிச்சு. அவன் வளர்த்த கோழி ஒண்ணைப் பிடிச்சுத் தலையை வெட்டிட்டான். இதுவரைக்கும் எந்தப் பிரச்சனையும் இல்லை. ஆனா அவனால தலை வெட்டப்பட்ட அந்தக் கோழி மார்ச் *17, 1947* வரைக்கும் உயிர் வாழ்ந்திருக்கு. ஏறக்குறைய ரெண்டு வருஷம் தலையே இல்லாம ஒரு கோழி உயிர் வாழ்ந்திருக்கு" என்று அவன் சொல்லி முடிக்கவும், நாங்கள் மூவரும் அவனை அதிர்ச்சியோடு பார்த்தோம்.

"அனுபவம் - அறிவு - பார்வையின் தூரம் என்னன்னு புரியுதா" என்று ரஜினி என்னைப் பார்த்துக் கேட்கவும், நானும் ஆமாமென்பதாய் தலையாட்டினேன்.

"நிஜத்தில் ஒரு உயிர் அதோட மலத்தையே தின்னும் தன்மை கொண்டதா" என்று அவன் கேள்வி எழுப்பவும், எனக்குள் ஒரு நொடி என் வீட்டின் முன்னே குடியிருக்கும் அந்தக் கறுப்பு வெள்ளை நாயின் நினைப்பு வந்து போனது.

"தெருவில் சுற்றிக்கொண்டிருந்த ஒரு மாடு, தெருவில் ஈரம் காயாமல் கிடந்த சாணியைத் தின்றதை நான் பார்த்திருக்கிறேன். அந்தச் சாணி அதோடதா இல்லை வேற எதோடதான்னு எனக்குத் தெரியாது. ஆனால் அது அதைத் தின்றது. மனிதன் என்பவன் ஒரு சமூக விலங்குதானே. என்னவொன்று சிந்திக்கத் தெரிந்த விலங்கு." ஒரு நொடி நிறுத்திவிட்டு, "அப்படீன்னு பெருமையா பேசிக்கத் தெரிந்த விலங்கு. ஆனால் இயல்பில் எது தனக்கு உகந்தது எது தனக்கு ஒவ்வாதது எனபதைப் பற்றிய எந்தச் சுய சிந்தனையுமற்ற ஒரு விலங்கு. அவனுக்குத் தெரிந்ததெல்லாம் இவனுக்கும் முன்னே யாரேனும் ஒருவர் சொல்லிச் சென்றிருக்க வேண்டும். அதை அப்படியே இவனும் பின்தொடர்ந்து சென்று,

தன்னை மகோன்னதமானவனாகக் காட்டிக்கொள்ள வேண்டும். அவ்வளவுதான். ஒரு நாய்க்குப் பாம்பெது புழுவெது பூரானெது தேள் எது என்று நாமா கற்றுக்கொடுக்கிறோம். புழுவையும் பூரானையும் பார்த்து எச்சரிக்கையடையாத நாயானது பாம்பையும் தேளையும் பார்த்ததுமே எச்சரிக்கையடைவது எப்படி…? தெருவில் சுற்றும் பசுமாட்டுக்கு என்ன பசியாயிருந்தாலும் ஏன் அரளிவிதையைத் தின்பதில்லை…? அந்த ஐந்தறிவு ஜீவன்களின் சுய அறிவோடு ஒப்பிட்டால், ஆறறிவு ஜீவிகளுக்கு சுய அறிவு என்பதே கிடையாது. அதிலும் அந்த ஆறறிவு ஜீவிகளிடமிருந்து தங்களை மேம்பட்டவர்களாகக் காட்டிக்கொள்ளும் அறிவுஜீவிகளுக்கு முன்னேறுகள் போட்டுக் கொடுத்த வழிகள் மட்டுமே ஞாபகத்தில் இருக்கும். அதை வைத்துக்கொண்டு எது சரி எது தவறு என்று சொல்லிச் சென்று இறுதியில் இதுதான் சரி இது தவறு என்று சொல்லுமளவிற்கு வந்து சேர்ந்துவிடுகிறார்கள். அவர்களைத் தொடர்ந்து செல்லும் ஆறறிவுக் கூட்டமும், அவரே சொல்லிவிட்டார் என்கிற தெளிவோடு ஐந்தறிவு ஜீவனான ஆட்டுமந்தை அதிலும் குறிப்பாகச் செம்மறியாட்டு மந்தைக் கூட்டமாக ஓடிக் கொண்டிருக்கிறது" என்று கணேஷின் குரலிலிருந்த ஆதங்கம் கோபத்தோடு ரஜினி பேசினாலும் லீன் பாலிடமிருந்த நிதானமான சொல்லாடலோடு பேசி நிறுத்தியவனை உன்னிப்பாய் கவனித்தேன். அவனது கருவிழிகள் இரண்டும் அங்குமிங்கும் அலைபாயாமல், அசையாமல் ஒரே புள்ளியில் நின்றிருக்க, அவனது மேலிமைகளை அவன் அறுத்து எறிந்துவிட்டானோ என்றுகூட எனக்கு ஒரு கணம் தோன்றி மறைந்ததை என்னால் தவிர்க்கமுடியவில்லை. ஒரு மனிதனால் இத்தனை நேரம் இமைக்காமல் இருக்கமுடியுமா என்கிற கேள்வியும் கூட என்னுள் எழுந்தது. "வாசக மனம் என்பது அப்படிதான்" என்று தணிந்த குரலில் சொல்லியவன் அவன் சட்டைப் பையிலிருந்து பீடி ஒன்றை வெளியே எடுத்து வாயில் வைத்துப் பற்களால் கடித்துக் கொண்டான். பீடியின் முனை வீங்கிப் போயிருந்ததை நான் பார்த்ததைப் போலவே லீன் பாலும் கவனித்திருப்பான் போலும், "என்ன போஸானா" என்று கேட்டுவிட்டு, "இந்த வெளியில் பேசுவதற்கு நமக்கு அனைத்து விதமான சுதந்திரமும் இருக்கிறது. ஆனால் அதற்கொரு எல்லை இருக்கிறது" என்றான். பீடியைப் பற்ற வைக்கத் தீக்குச்சியை

உரசியவன், பீடியைப் பற்ற வைக்காமல் குச்சியின் முனையில் எரிந்து கொண்டிருந்த நெருப்பை வாயால் ஊதி அணைத்தான். "சுதந்திரத்திற்கு எல்லையா...!" என்று கேட்டுவிட்டு, பற்களால் பற்றியிருந்த பீடியை எடுக்காமலேயே பற்கள் தெரிய புன்னகைத்துக் கொண்டவன், மற்றொரு குச்சியை உரசி பீடியைப் பற்றவைத்துக் கொண்டான். அவன் பற்ற வைத்த அந்த நொடியில் கஞ்சாவின் நெடி அறையில் பரவியது. ஆட்காட்டி மற்றும் பெருவிரலின் நுனியால் வாயிலிருந்த பீடியைப் பற்றி - கண்களை மூடி அதன் புகையை உள்ளிழுத்துக் கொண்டவன், மூடியிருந்த கண்களைத் திறக்காமலேயே பீடியை வாயிலிருந்து எடுத்தான். அவன் நாசியிலிருந்தோ அல்லது வாயிலிருந்தோ துளி புகை கூட வெளியேறாமலிருந்தது ஆச்சரியமாக இருந்தது. அப்படியே அதே நிலையில் ஒருசில நொடிகள் கண்கள் மூடி லயித்திருந்தவன், நிதானமாகக் கண்களைத் திறந்து அவன் எதிரே அமர்ந்திருந்த எங்கள் மூவரையும் வேறு யாரையோ பார்ப்பதைப் போலப் பார்த்தான். "என் சுதந்திரத்துக்கான எல்லையை யார் வகுத்தது லீன் பால்" என்று கேட்டவனின் குரல் அவனுடைய குரலாக இல்லாமலிருந்தது. 'இதோ இவன்தான்' என்பதைப் போல லீன் பால் என்னை நோக்கித் திரும்பினான். "நீயா" என்று கேட்டுவிட்டு, விரல்களால் பற்றியிருந்த பீடியை வாயில் வைத்து ஒரு முறை இழுத்துக் கொண்டான். இம்முறையும் அவன் பற்றியிருந்த பீடியிலிருந்தோ அவன் வாயிலிருந்தோ புகை வெளியேறாமல் இருந்தது ஆச்சரியமாக இருந்தது. "எங்கள் இருவரில் யாரைத் தேர்ந்தெடுப்பது என்று சத்யா தடுமாறி நின்றபொழுது, அது முழுக்க முழுக்க உன் விருப்பம் சார்ந்தது. அது உனக்கான உரிமை, அது உன் சுதந்திரம் என்று சொன்ன இவனா என் சுதந்திரத்துக்கு எல்லை வகுத்திருக்கிறான் என்று சொல்கிறாய் பால்" என்று அழுத்தமாய் கேட்டவனை லீன் பால் அசூயையாய் பார்த்தான். "அவளுக்கு அந்தச் சுதந்திரத்தை இவன் கொடுத்ததால இவன் எவ்வளவு வேதனையை அனுபவிச்சான்னு" லீன் பால் பேசிக் கொண்டிருக்கும் பொழுதே இடைமறித்த ரஜினி, "சுதந்திரம் என்பது இங்கே யாருக்கும் எவராலயும் கொடுக்க முடியாது லீன். அது ஒவ்வொரு தனிமனிதனின் உரிமை. ஆனால் அந்தச் சுதந்திரச் செயல்பாட்டால் விளையும் எந்தவொரு வினைக்கும் அவன் பொறுப்பேத்துக்கனும். பின்விளைவுகள் மோசமானதும்

இன்னொருத்தர் தலைமேல் அதை ஏற்றி வைத்துவிட்டால், நீ உன்னைச் சுதந்திரமானவன்னு சொல்லிக்க முடியாது. நீ ஒருவகையில் அடிமை வாழ்க்கை வாழ ஆரம்பிச்சிட்டேன்னு நீ ஒத்துக்கணும். ஒத்துக்கிட்டுதான் ஆகணும்" சொல்லிவிட்டு அணைந்து போயிருந்த பீடியை மீண்டுமொருமுறை பற்றவைத்துக் கொண்டவன், "என் பீடியிலிருந்து வரும் புகையை நான் என் கட்டுப்பாட்டில் வைத்திருக்க முடியுமா...? காற்று எங்கெங்கே அதை அலைக்கழிக்குதோ அங்கெல்லாம் அது போகத் தான் செய்யும். அப்ப யாராச்சும் இங்கே வந்து பீடி பிடிச்சது யாருன்னு கேட்கிறப்ப, நான்தான்னு ஒத்துக்கிற தைரியம் எனக்கு இருக்கணும். அப்படி இல்லையா நான் பீடி பிடிக்கவே தகுதியில்லாதவன்" என்று சொல்லிமுடித்தவன், கையிலிருந்த பீடியை சாம்பல் கிண்ணத்தில் தேய்த்து அணைத்துவிட்டு, "ஸாரி டாப்பிக் மாறி வேற எங்கேயோ போயிடிச்சு. ஆமா நாம என்ன பேசிட்டு இருந்தோம்" எனக் கேட்கவும், கணேஷ், "என்னவோ பேசிட்டு இருந்தோம். நீ வந்து மொத்தத்தையும் குழப்பி விட்டுட்ட" என்று சொல்லிச் சிரித்தவன், "ஒரு விஷயம் கேட்கணும், கேட்கட்டுமா" என்று கேட்டான். என்ன என்பதைப் போல ரஜினி அவனைப் பார்க்க, "அதெப்படி துளி புகைகூட வெளியே வராதமாதிரி உன்னால புகைக்க முடியுது." அவன் அப்படி கேட்டுமுடிக்கவும், அர்த்தம் தொனிக்கும் பார்வையோடு என்னைப் பார்த்த ரஜினி, "என்ன சொல்லவா" என்று கேட்டான். மூக்கின் நுனியிலிருந்த விரலை அகற்றி, 'சொல்லிக்கொள்' என்பதாய் சைகை செய்தேன். "ஜெயில்ல கத்துக்கிட்டேன்" என்றான். அதிர்ச்சியோடு கண்கள் விரிய என்னையும் ரஜினியையும் ஒருமுறை திரும்பிப் பார்த்தவன், "என்னது ஜெயிலா" எனக் கேட்டான். "ஆமாம்" என்ற ரஜினி, "அந்தப் பொண்ணு பேரென்ன உமாவா ரமாவா" என்று என்னைப் பார்த்துக் கேட்டான். "உமா" என்றேன். "அவ கன்னத்துல ஒரு அடி கொடுத்தேன். தாடை திரும்பிடிச்சு" சொல்லி நிறுத்தியவன், தனித்தடி போன்றிருந்த விரல்களை விரித்துத் தனது உள்ளங்கையைப் பார்த்தான். "இவன் கை மாதிரி பேனா பிடிக்கிற கை இல்லையே என் கை. எட்டாம் கிளாஸ்ல இருந்தே ஸ்பானர் பிடிச்ச கையாச்சே. அடிச்ச அடியில தாடை திரும்பாம இருந்தாதான் ஆச்சரியப்படணும்."

"பொம்பள புள்ளைய அடிக்கிற அளவுக்கு அவ என்ன பண்ணினா."

"என்னய ஒண்ணும் பண்ணல, இதோ இருக்கிறானே இவனைத் தான் நடுரோட்டுல நிற்க வச்சு அவமானப்படுத்தினா."

கணேஷ் திரும்பி என்னைப் பார்க்க, நான் ஆமாமென்பதாய் தலையாட்டினேன்.

"அவ சத்யாவோட ஃப்ரெண்ட். இவனை அசிங்கப்படுத்தினா - இவன் ரியாக்ட் பண்ணுவான் - ஈவ் டீசிங் கேஸ்ல உள்ள தள்ளிடலாம்னு எதிர்பார்த்தா. ஆனா நம்மாளுதான் மரமாச்சே" சொல்லிச் சிரித்தவன் அடுத்த நொடியே தீவிரமான முகபாவத்திற்குச் சென்றான். "ஒருநாள் தனியா மாட்டினா, ஒரு அறை விட்டேன். அடுத்ததா அவளே போய் போலீஸ்ல கம்ப்ளைண்ட் கொடுத்துக் கஷ்டப்பட வேண்டாமேன்னு சொல்லி நானே போய் சரண்டர் ஆயிட்டேன். பதினஞ்சு நாள் ரிமாண்ட்ல வச்சாங்க. அப்பத் தான் கதையில ஒரு டிவிஸ்ட். அந்தப் பொண்ணு வந்து என்னை யாருன்னே அவளுக்குத் தெரியாதுன்னு சொன்னதோட இல்லாம, பஸ்ல இருந்து இறங்குறப்ப கால் தடுக்கிக் கீழ விழுந்து தாடையில அடிபட்டுடிச்சுன்னு ஒரு புது சோழியை உருட்டிவிட்டுட்டுப் போயிட்டா. இல்லியாடா" என்று கேட்டு என்னைப் பார்த்துப் புன்னகைத்துக் கொண்டவன், "அந்தப் பதினஞ்சு நாள் உள்ள இருந்தப்ப, படிச்சதுதான் இது. புகையே வெளியே வராம புகைப்பது எப்படீங்கிற பாடம்". ஒருசில நொடிகள் எங்களுக்குள் அமைதியாகக் கடந்தது. பின் ரஜினியே தொடர்ந்தான், "உள்ள இருக்கிற வார்டனுங்களுக்கும் தெரியும். எவனெவன் கைல என்னென்ன இருக்குதுன்னு. அவனுங்களுக்கு அது தெரியும்ங்கிறது கைதியா இருக்கிற எங்களுக்கும் தெரியும். ஆனா அதைக் கையும் களவுமா மாட்டிக்கிற அளவுக்குக் காட்டிக்க கூடாதுங்கிறதுதான் அங்க எங்களுக்குள்ள இருக்கிற எழுதப்படாத விதி. விதிமீறல்கள்ல இருக்கிற சுவாரஸ்யம் விதிப்படி நடக்கிறதுல கிடைக்கிறதேயில்லை. ஆனா விதியை மீறணும்னா விதி என்னன்னு தெரியணும். விதியே தெரியாமல் விதிமீறுறதுங்கிறது குழந்தைத்தனமானது. இல்லியா" கேட்டபடியே லீனைப் பார்த்தான். லீன் தன்னுடைய கண்களை மூடியபடி, அவனுடைய ஆட்காட்டி விரல்களால் மூக்கின் நுனியிலிருந்து நெற்றிப்பொட்டு வரையிலும் முன்பின் கோடுகள் வரைய ஆரம்பித்திருந்ததைப் பார்த்ததும், "என்ன லீன் பலத்த ஆலோசனையா" எனக் கேட்டான். "நோ... நோநோநோ" என்றவன்

ஓவியம் போன்ற எழுத்துகளால் வரையப்பட்ட கோட்டோவியம்

என்னைப் பார்த்து, "ஒரு காஃபி குடிச்சா நல்லாயிருக்கும் போலத் தோணுது" என்றான். எனக்குமே அப்படித் தோன்றியிருந்ததால், கணேஷைப் பார்த்து, "உனக்கு" என்று கேட்டேன். சரியென்றான். அடுத்ததாக ரஜினியைப் பார்த்தேன். அவன் சரி என்பதற்கு அடையாளமாய்த் தோளை மட்டும் உலுக்கிக் காட்டினான். நான் என் நாற்காலியிலிருந்து எழுந்து, அவர்கள் மூவரையும் குறிப்பிட்டுப் பார்க்காமல் பொதுவாக, "நீங்க மூணு பேரும் பேசிட்டு இருங்க நான் போய் காஃபி போட்டு எடுத்துட்டு வரேன்" என்று கூறிவிட்டு அங்கிருந்து நகர்ந்தேன்.

கெட்டிலில் நீரை ஊற்றி ஸ்விட்ச்சை ஆன் செய்தேன். கெட்டிலிலிருந்த நீர் சூடாக ஆரம்பித்தது. காஃபி மக்கில் ஒரு ஸ்பூன் சர்க்கரையைப் போட்டுவிட்டு, 'ஃபோல்ஜரை' கையில் எடுத்தேன். ரஜினியின் சொல்லாடலினால் உண்டாகியிருந்த கசப்பைத் தீர்க்க ஃபோல்ஜர் சரியான தேர்வென்று தோன்றாததால், அதை எடுத்த இடத்திலேயே வைத்துவிட்டு நெஸ்கஃபே டீகேஃபை எடுத்து ஒன்றரை ஸ்பூன் கலந்தேன். கெட்டிலில் தண்ணீர் கொதிக்க ஆரம்பித்திருந்தது. கொதித்துக் கொண்டிருந்த நீரிலிருந்து முப்பது மில்லி நீரை எடுத்துக் கோப்பையில் ஊற்றினேன். நெஸ்கஃபே நீரோடு ஒன்றாய்க் கலக்க, கசப்பேறிய காஃபியின் நெடி எழ ஆரம்பித்தது. அந்தச் சுடுநீரில் சீனியும் கரைய வேண்டி காஃபி மக்கை ஒரு முறை சுழற்றினேன். இப்பொழுது காஃபியின் நெடி அதிகமாகவும் கசப்பின் நெடி குறைவாகவும் இருப்பதை நாசி எனக்கு உணர்த்தியது. மீண்டுமொருமுறை கோப்பையைச் சுழற்றினேன். காஃபியின் மணமும் கசப்பின் நெடியும் சரிநிகராய் இருப்பதாய் நாசி உணர்ந்தது. நூறு டிகிரி செல்ஷியஸைத் தொட்டிருந்த நீரை காஃபி மக்கில் ஊற்றினேன். காஃபியின் மணத்தில், அடைத்திருந்த காதுகள் திறந்துகொள்ள, தூரத்தில் அவர்கள் மூவரும் பேசிக் கொள்வது காதில் விழ ஆரம்பித்தது. யார் யாரோடு பேசிக்கொண்டார்களென்று தெரியவில்லை என்றாலும், யாரோ ஒருவர் யாரோ ஒருவரிடம் பேசிக்கொள்வது கேட்டது.

நேற்று துரைசாமியைச் சந்தித்தேன்

டி கே

ஆமாம் டி கே

என்ன சொன்னான்

உன்னோடு பொழுதைக் கழித்து வெகுமாதங்களாகிவிட்டன என்றான்

நீ என்ன சொன்னாய்

போகலாம் என்றேன்

எங்கே சென்றீர்கள்

பாருக்கு அழைத்துச் சென்றான்

என்ன சொன்னான்

எதுவும் சொல்லவில்லை. சிப்பந்தியை அழைத்தான்

அழைத்து

ஒரு குவாட்டர் பகார்டி லெமன் எடுத்து வரச் சொன்னான்

சரி

கூடவே எனக்குச் செவனப்பும் அவனுக்குத் தண்ணீர் பாட்டிலொன்றும் எடுத்து வரச் சொன்னான்

எலுமிச்சை

அதை எட்டுத் துண்டுகளாக நறுக்கி எடுத்துவரச் சொன்னான்

பின்னர்

சிப்பந்தி அவன் கேட்டவை அனைத்தையும் எடுத்து வந்தான்

பின்

அவனது கோப்பையை அங்கிருந்த நீரைக் கொண்டு கழுவிக் கொண்டான்

பின்

அந்தக் கோப்பையை ஒருமுறை மூக்கினருகில் கொண்டு சென்று பழைய நாற்றம் எதுவும் இருக்கிறதா என்று சோதித்துக் கொண்டான்

பின்

ஓவியம் போன்ற எழுத்துகளால் வரையப்பட்ட கோட்டோவியம்

பகார்டி லெமனை முப்பது மில்லியை அந்தக் கோப்பையில் ஊற்றிக் கொண்டான்

பின்

செவனப்பை அறுபது மில்லி ஊற்றிக் கொண்டான்

பின்

கோப்பையின் விளிம்பு வரையிலும் தண்ணீரைச் சேர்த்துக் கொண்டான்

பின்

எலுமிச்சையின் ஒரு துண்டைக் கோப்பையில் போட்டுக் கொண்டான்

பின்

எழுமிச்சை அந்த நீரில் மூழ்கிப்போவதைப் பார்த்தபடியே அமர்ந்திருந்தான்

பின்

சிகரெட் ஒன்றைப் பற்றவைத்துக் கொண்டான்

பின்

கோப்பையிலிருந்த திரவத்தை மடமடவெனக் குடித்தான்

பின்

கோப்பையில் மீண்டும் முப்பது மில்லி பகார்டி லெமனை ஊற்றிக் கொண்டான்

பின்

செவனப் அறுபதி மில்லியை ஊற்றினான்

பின்

எலுமிச்சையிலிருந்து குமிழ்கள் மேலெழும்பி வருவதைப் பார்த்தபடியே அமர்ந்திருந்தான்

பின்

கோப்பையின் விளிம்புவரையில் நீரைச் சேர்த்துக் கொண்டான்

பின்

சிகரெட்டை ஆழமாக இழுத்துக் கொண்டான்

பின்

கோப்பையிலிருந்த கலவையை மடமடவெனக் குடித்தான்

பின்

புகையை ஊதினான்

பின்

சுசீலா என்னோடு இல்லை என்றான்

தெரியுமென்றேன்

என் பிள்ளையையும் அவளோடு எடுத்துச் சென்றுவிட்டாள் தெரியுமா என்றான்

ஆமாமென்றேன்

நாற்காலியில் சாய்ந்தமர்ந்துகொண்டான்

பின்

சிகரெட்டைத் தொடர்ச்சியாக இரண்டு மூன்று இழுப்பு இழுத்துவிட்டுக் கீழே போட்டு நசுக்கினான்

பின்

மீண்டுமொரு சிகரெட்டை எடுத்துப் பற்றவைத்துக் கொண்டான்

பின்

பாட்டிலில் மீதமிருந்த முப்பது மில்லி பகார்டியையும் அப்படியே குடித்தான்

பின்

தொண்டையைச் செருமிக் கொண்டபிறகு பேசுவதற்கு ஆயத்தமானான்

பின்

கேட்பதற்குத் தயக்கமாக இருந்தாலும், என்ன எதுவுமே பேசாமல் இருக்கிறாய் என்று கேட்டேன்

ஓவியம் போன்ற எழுத்துகளால் வரையப்பட்ட கோட்டோவியம்

சாப்பிடும் போதும் குடிக்கும் போதும் எதுவுமே பேசக் கூடாது எனும் மனநிலை இன்னும் எனக்கு மாறவில்லை என்றான்

பின்

வயிற்றை எக்கி நெஞ்சை நிமிர்த்தித் தொண்டைக்குழிக்குள்ளேயே ஒரு ஏப்பத்தை விட்டுக்கொண்டான்

எல்லாம் அறிந்திருந்தும் என்னை ஏன் விட்டுச்சென்றாய் என்றுக் கேட்டான்

நான் பதிலெதுவும் பேசாமல் அமர்ந்திருந்தேன்

அவன் என்னை ஊடுருவிப் பார்த்தான்.

நான் சுசீலா அல்ல என்றேன்

நீ சுசீலாவாக முடியாது என்றான்

ஆமாம் சுசீலாவாலும் நானாக முடியாது என்றேன்

தலையைக் கவிழ்த்துக்கொண்டு இல்லை என்பதைப் போலத் தலையை இடவலமாக ஆட்டிக்கொண்டு, "உண்மைதான்" என்று உதடுகளுக்குள் முணுமுணுத்துக் கொண்டான்.

"ஆனால் நீ நானாகவும் நான் நீயாகவும் மாற முடியும்" என்றவன். கண்களில் வெறுமை நிறைந்து வழிய, "என்னை ஏன் தனியாக விட்டுச் சென்றாய்" எனக் கேட்டான்.

அவன் அப்படிக் கேட்கையில் இயேசு கிருஸ்துவை சிலுவையில் அறையப் போகையில், "ஆண்டவரே என்னை ஏன் கைவிட்டுவிட்டீர்" என்று கேட்பதைப் போன்று இருந்தது. அன்று இயேசுவுக்கும் அந்த ஆண்டவர் பதில் சொல்லவில்லை. இன்று இவனுக்கும் நான் பதிலெதுவும் சொல்லவில்லை. உண்மையில் அனைத்தையும் இழந்துவிட்டு தனிமரமாய் நிற்கும் இவனிடம் என்ன பதில் சொல்வது என்று எனக்குத் தெரியவில்லை.

அதனால்

எங்கள் முன்னிருந்த சிகரெட் பெட்டியிலிருந்து ஒரு சிகரெட்டை எடுத்து நானும் பற்றவைத்துக் கொண்டேன்.

பின்

உனக்கு நேரமாகிடிச்சா என்று கேட்டான்.

ரியா காத்திருப்பாள் என்றேன்.

எனக்காகக் காத்திருக்க என் வீட்டில் எனக்கென யாருமே இல்லையென்றவன், கடைச் சிப்பந்தியை அழைத்து இன்னுமொரு குவாட்டரை எடுத்துவரச் சொன்னான்.

பின்

ரியாவைப் பார்க்கவேண்டுமென்றான். நான் என்னுடைய மொபைலை எடுத்தேன். அதற்கும் முன்னமே அவனுடைய மொபைலை என் முன் தள்ளி அதன் ஹோம்ஸ்க்ரீனைக் காட்டினான். கடைவாயில் இரண்டு அங்குலத்திற்கு நாக்கு தொங்க விட்டிருந்த ஜெர்மன் ஷெப்பர்டின் புகைப்படம் அதிலிருந்தது. அதிர்ச்சியோடு, உனக்கு மஞ்சள் நிறப் பூனைகளின் மீது தானே பிரியம் அதிகமெனக் கேட்டேன். பூனைகள் நமக்கானவை இல்லை நண்பா. அவை நம்மை அண்டி வாழ்பவை அல்ல. என்ன பசியிருந்தாலும் நம் வரவுக்காகக் காத்திருக்கும் உன் ரியாவைப் போலோ அல்லது என் சுசீலாவைப் போலோ காத்திருப்பவை அல்ல. பசியென வந்துவிட்டால் உணவுதான் அவற்றுக்கு முக்கியமே தவிர்த்து நீயோ நானோ அல்ல. நாய்களைப் போலப் பூனைகள் ஒருநாளும் உன்னைக் கொண்டாடாது. உன் காலைச் சுற்றி வரும் - அவற்றின் தேவைக்காக. ஒன்று கவனித்திருக்கிறாயா தோழா, நாயின் வாலைப் போல அவை தங்களுடைய வாலைக் குழைத்து நிற்பதில்லை. உன் காலைச் சுற்றி வந்தாலும் அவற்றின் வால் வானம் நோக்கி நெடிந்துயர்ந்த பனைமரம் போலவே நிமிர்ந்து நிற்கும். அவற்றின் வாலை வைத்து அவற்றின் மனநிலையை நம்மால் கணிக்கவே முடியாது. ஆனால் நாயின் வால் என்பது ஒரு குறியீடு. அது நேராக மேல் நோக்கி நின்றால் - தன்னெதிரில் நிற்பவரை எச்சரிக்கிறது. அதே வால் வளைந்து போய்த் தன் இரு பின்னங்கால்களுக்கு நடுவிலிருந்தால் - அது பயந்து போயிருக்கிறது. இடமும் வலமுமாக வேகமாக ஆட்டினால் - தான் எதிர்பார்த்திருந்த ஒன்று வந்துவிட்டது. பூமிக்கு இணைக்கோடாய் நின்றால் - எதிரிமேல் பாயத் தயாராகிவிட்டது. இப்படி அதன் வாலின் ஒவ்வொரு அசைவுமே ஒரு குறியீட்டை உணர்த்தும். வாழ்க்கையின் பெரும்பகுதியைப் பூனைகளோடு கழித்துவிட்டேன். நாய்களின் அருமை தெரியாமலேயென்று

அவன் சொல்லிக் கொண்டிருக்கும் பொழுதே, பார் சிப்பந்தி குவாட்டர் பகார்டியை எடுத்துவந்து டேபிளின் மீது வைத்துவிட்டு சென்றான்.

பின்

பேசுவதை நிறுத்திவிட்டு, பகார்டியைப் பார்க்க ஆரம்பித்தான்.

மீண்டும் குடிக்க ஆரம்பித்துவிட்டானா...?

நான் காஃபிக் கோப்பையோடு அங்கே சென்றபொழுது, அவர்கள் மூவரும் என் வருகைக்காகக் காத்திருப்பதைப் போல அமைதியாகவே அமர்ந்திருந்தார்கள். எனில் இத்தனை நேரமும் என் காதுகளில் விழுந்த குரல் யாருடையது...? என்கிற கேள்வியை ஓரமாய் வைத்துவிட்டு கோப்பையிலிருந்த காஃபியை ஒரு மிடறு குடித்தேன். “வாசக மனம் என்பது அப்படித்தான்” காஃபியின் மணத்தையும் தாண்டி அதிலிருந்த கசப்பு தொண்டையில் இறங்கியது. கண்களை மூடிக்கொண்டு என்னுடைய சுழல் நாற்காலியில் சாய்ந்தமர்ந்தேன்.

என் இடப்புறமிருந்து தொண்டையைச் செருமிக் கொள்ளும் சப்தமும் அதைத் தொடர்ந்து, “நாலு மாசம் முன்ன ஒரு ஊருக்குப் போயிருந்தேன். எந்த ஊர் என்பது இங்கே முக்கியமே கிடையாது. ஏன்னா எல்லா ஊர்லயும் மனிதர்கள்தான் வாழ்கிறார்கள். சிந்தனை அளவில் ஊருக்கு ஊர் கொஞ்சம் கூடுதல் குறைவு இருக்கலாமே தவிர்த்து எல்லா ஊர்லயும் ஒரே மாதிரியான மனிதர்கள்தான். தனியா நிற்கிறப்ப நல்லவனா இருப்பான். கூட்டம் சேர்ந்துட்டாங்கன்னா அங்கே கூட்டு மனப்பான்மை வந்திடுது. கூட்டுமனப்பான்மை வந்ததும் அவங்க செய்றது மட்டுமே சரின்னு நினைக்க ஆரம்பிச்சிடுறாங்க. சாலை அனைவருக்குமானது கிடையாது. சாலை - வாகனத்திற்கானது. நடைபாதை - பாதசாரிகளுக்கானது. இல்லையா. நடைபாதையில் வாகனம் போகக் கூடாது. சாலையில பாதசாரிகள் நடக்கக் கூடாது. இது அடிப்படையான ஒரு விஷயம். பாதசாரிகள் சாலையைக் கடக்க மட்டுமே அனுமதி உண்டு. அதுவும் அவர்கள் கடந்து போறதுக்காகவே ஒரு இடம் இருக்கு. தனியா போகிறப்ப இந்த விதிகளைச் சரியா மதிக்கிற மனிதன், கூட்டம் சேர்ந்துட்டா போதும். அப்படியே தலைகீழா மாறிடுறான். நான் அந்த ஊருக்குப்

போயிருந்த நேரம், திருவிழா காலம். கூட்டம் கூட்டமா ஜனங்க போய்க்கிட்டே இருக்கிறாங்க. பெரும்பாலான தெருவும் சாலையும் அவங்களுக்காக ஒதுக்கிட்டாங்க. தலையைச் சுத்தி மூக்கைத் தொடுற மாதிரி நான் போக வேண்டிய இடத்துக்குச் சுத்திக்கிட்டே இருக்கிறேன். ஒரு நாலுமுக்கு ஜங்ஷனில் சிக்னலுக்காக நான் காத்திருக்கிறேன். எனக்கு வலது பக்கம் திரும்பணும். ஆனா இந்தத் திருவிழா கூட்டத்துக்காக அந்த ரோட் ப்ளாக் பண்ணி வச்சிருக்கிறாங்க. இடதுபக்க சாலையில இருந்தும் வலதுபக்க சாலையில இருந்தும் ஜனங்கள் இங்குமங்குமா நடந்துட்டே இருக்கிறாங்க. எனக்கு சிக்னல் விழுந்துடிச்சு, ஆனா என் வண்டியை நான் நகர்த்த முடியல. ஏன்னா ரெட் சிக்னல் விழுந்ததைக் கூடப் பார்க்காமலே கூட்டம் ரோடை கிராஸ் பண்ணிட்டே இருக்கிறாங்க. ஹாரன் அடிச்சு ஒதுங்கச் சொன்னா, திரும்பிப் பார்த்து முறைக்கிறானுங்க. அதோட அர்த்தம் நீ காருக்குள்ள ஏசி போட்டுட்டுதான உக்காந்திருக்கிற. நாங்க வேகாத வெயில்ல நடந்து போயிட்டு இருக்கிறோம். நீ கொஞ்சம் பொறுத்துப் போனாதான் என்னன்னு கேட்கிற மாதிரி இருந்துச்சு. அந்தக் கூட்டம் கொஞ்சம் குறைஞ்சதும் வண்டியை நகர்த்தினா, சிக்னல் சிவப்பாகிடிச்சு. மறுபடியும் இந்தக் கூட்டம் இந்தப் பக்கத்துல இருந்து அந்தப் பக்கத்துக்கும், அந்தப் பக்கத்துல இருந்து இந்தப் பக்கத்துக்குமா கடக்க ஆரம்பிச்சிட்டாங்க. இந்த மாதிரியான முட்டாள் ஜனங்களை மனசுல வச்சுட்டுதான் வண்டியை ஓட்டிட்டு இருக்க வேண்டியதா இருக்கு. இவனுங்க எல்லாம் படிச்சவனுங்க தானான்னே எனக்கு அந்த நேரத்துல ஒரு சந்தேகமே வந்திடிச்சு" அந்தக் குரல் பேசி முடிக்கவும், எனது வலது புறமிருந்து, "படிச்சிருந்தா மட்டும்" என்று எகத்தாளமாகப் பதில் வந்தது. நான் கண்களைத் திறக்காமல் அப்படியே சாய்ந்தமர்ந்திருந்தேன். "ஒரு பெண்கள் கல்லூரி வாசலில் நண்பன் ஒருத்தன்கிட்ட பேசிட்டு இருந்தேன். நான் நின்ற இடத்தில் நிறைய வேன்கள் நின்றிருந்தன. அந்த வேன்கள் அத்தனையும் இந்தக் கல்லூரி மாணவிகளை அவரவர் வீட்டுக்கு அழைத்துச் செல்வதற்கான வேன்கள். சரியா. கல்லூரி முடிந்ததுதான் தாமதம், நல்ல இறுக்கமா கட்டி வச்சிருக்கிற எலுமிச்சை மூடை கிழிஞ்சுப்போனா, எலுமிச்சைங்க எல்லாம் எப்படிச் சிதறி ஓடுமோ அப்படி ஓடி வர்றாளுங்க. ரோட்ல போயிட்டு இருந்த அத்தனை வண்டிகளும் டயர்

தேய பிரேக் பிடிச்சு நிப்பாட்டிட்டானுங்க. இவளுங்க எதுக்கு இப்படி முண்டியடிச்சுட்டு ஓடி வர்றாளுங்கன்னு பார்த்தா, நிற்கிற வேன்ல சீட் பிடிச்சு உட்கார. இதுல நீ படிச்சவங்க எல்லாம் ரூல்ஸை ஃபாலோ பண்ணிடுவாங்க அப்படீங்கிற மாதிரி பேசிட்டு இருக்கிற" என்று சொல்லி நிறுத்தினான். "படிப்பு என்பது பெயருக்குப் பின்னால் டிகிரியாகப் போட்டுக்கொள்ள உதவும், படித்த புத்தகங்கள் அலமாரியில அடுக்கி வைத்துப் பெருமை பேச உதவும். மற்றபடிக்கு..." சொல்லி நிறுத்திய லீன் பால் தன் இரண்டு கைகளையும் விரித்துத் தோளைக் குறுக்கி வேறெந்தப் பயனும் இல்லை என்பதாய் காட்டியிருப்பான் என்பது என் கண்கள் மூடியிருந்தாலும் என்னால் உணர்ந்து கொள்ள முடிந்தது. இப்பொழுது எனக்கு நேர் முன்னே தன் விரல் நுனியை ஓடவிடும் ரிதம் கேட்டது. "ஒருவர் நிறையப் படித்தால் படிப்பாளி ஆகலாம். ஆனால் வாசிக்கத் தெரிந்தால் மட்டுமே வாசகனாக முடியும்" அழுத்தம் திருத்தமாய் என் எதிர் நாற்காலியிலிருந்து குரல் வந்தது. சில நொடிகள் மௌனமாய் கடந்தது. "எல்லாம் நம்ம கல்விமுறையால வந்தது." மீண்டும் மேஜையில் விரல் நுனி ஓடும் ரிதம் கேட்டது. "கல்வித்துறையும் சரி நம்முடைய பேராசிரியர்களும் சரி மாணவர்கள் வாசகர்கள் மத்தியில் படித்தலுக்கும் வாசித்தலுக்கும் இடையே மிகப்பெரிய இடைவெளியை உருவாக்கி வைத்திருக்கிறார்கள். பாடப்புத்தகத்தைப் படித்தால் போதுமானது. அந்தப் புத்தகத்தில் கொடுக்கப்பட்டிருக்கும் தகவல்களை உள்வாங்கிக் கொண்டால் போதுமானது. அந்தத் தகவல்கள் சரியானதுதானா என்று தெரிந்து கொள்ளவேண்டிய அவசியமில்லை. ஏனெனில் அப்படி தெரிந்து கொள்வதால் எழும் கேள்விகளுக்கான விடையைத் தேட இங்கே எந்தவொரு மாணவனுக்கும் கால அவகாசம் கிடைப்பதில்லை. அப்படியே கிடைத்தாலும் அவனது கேள்விக்குப் பதிலளிக்க எந்தவொரு பேராசிரியனும் தயாராக இல்லை. மதிப்பெண்களுக்கான தேர்வே அவன் என்ன தேர்ந்தெடுக்க வேண்டுமென்கிற வெளியை அவனுக்கு வழங்குகிறது. அவன் தன்னுடைய சிந்தனைக்களத்தை வலுவாக்க இறங்கினால், இந்தச் சமூகத்தில் அவனுக்கான மதிப்பு என்னவெனத் தீர்மானிக்கும் மதிப்பெண் பட்டியலில் அவன் பெயர் விட்டுப் போய்விடும். மதிப்பெண்களுக்காகவே படித்து முடித்துத் தங்களைக்

கட்டமைத்துக் கொண்டவர்களிடம் எம்மாதிரியான வாசிப்பை எதிர்பார்க்க முடியும்? அவர்களுக்குத் தெரிந்ததெல்லாம் வார்த்தைகள் மட்டுமாகத்தானே இருக்கும்...! இந்நிலையில் உன் மூளைக்கு வேலை கொடுக்கிறேன். என் எழுத்தை வாசிக்க உன் நேரத்தைக் கொடு என்றால் அவர்கள் அவர்களுடைய வாழ்க்கைத் தரத்தை மேம்படுத்தும் வேலையைப் பார்க்கச் செல்வார்களா அல்லது நான் என் மூளைக்கு வேலை கொடுக்கும் எழுத்தை வாசித்து என் சிந்தனையை மேம்படுத்தப்போகிறேனென்று உட்கார்ந்து வாசிக்கப் போகிறார்களா...? அவர்கள் மூளைக்கு வேலையென்றால் சூடூக்கோவோ அல்லது வேறு ஏதேனுமொரு விளையாட்டைத் தேர்ந்தெடுத்துக் கொள்வார்களே." கண்களைத் திறந்து ரஜினியைப் பார்த்தேன். அவன் குறும்பு விழிகளால் என்னைப் பார்த்துப் புன்னகைத்தபடிக்கு அமர்ந்திருந்தான். "முடிவா என்ன சொல்ல வர்ற" என்று கேட்டேன். "படித்தலுக்கும் வாசித்தலுக்கும் இடையிலிருக்கும் வித்தியாசம் அறிந்த ஒருத்தன் இருப்பான் அவனைத் தேடு என்கிறேன்" என்றான். வலப்புறம் திரும்பி லீனைப் பார்த்தேன். காஃபி மக்கை மேல்பக்கமாய்ப் பற்றி அவனது முழு கவனத்தையும் கோப்பையினுள் இருக்கும் காஃபியைக் குடிப்பதில் செலுத்தியிருக்க, கணேஷ் குவேராவோ கோப்பையைப் பக்கவாட்டில் பிடித்துக் கண்களால் என்னை அளந்துகொண்டிருந்தான். ரஜினியைப் பார்த்தேன். காஃபி கோப்பையைப் பற்றியிருந்த கை கீழ்ப்பக்கமாக இருக்க, அவன் கண்கள் மட்டும் என்னை ஊடுருவியபடிக்கு இருந்தது. காஃபிக் கோப்பையை மொட்டை மாடியின் கைப்பிடிச் சுவரின் மேல் வைத்தேன். சற்றுமுன் தண்ணீர் போத்தலோடு சண்டை போட்டுக் கொண்டிருந்த அந்தக் கறுப்பு வெள்ளை நாய், நான் அதற்கு வைத்திருந்த உலர் உணவைத் தின்று கொண்டிருந்தது. ஒரு வாரம் முன்பாக அதன் மலத்தையே அது உண்ண வேண்டிய நிலையில் - கண்கள் சுருங்க - மேலுதடும் கீழுதடும் பிரிந்து ஒதுங்கிக் கொள்ள - பற்களைத் தாண்டி நாக்கு வெளியே வரத் தயங்கி நிற்க - தன் ஈர நாசியால் மேற்பக்கம் உலர்ந்திருந்த அதன் மலத்தை நுகர்ந்து - இரண்டங்குலம் பின்வாங்கி - மீண்டும் நெருங்கி - கிட்டித்த பற்களால் அந்த மலத்தைத் தீண்டி - மீண்டும் பின்வாங்கி - மறுபடியும் முன் நகர்ந்து - பற்களால் தீண்டி - முகம் உதறி - வலுக்கட்டாயமாக நாக்கை நுனி நீட்டி

– தொட நெருங்கி – பின்வாங்கி – நாக்கை உள்ளிழுத்து – வாய் திறந்து – பற்களால் அந்த மலத்தின் நுனியைக் கடித்து – தலை உதறி – பசி வரப் பத்தும் பறந்து போகும். நானளித்த இந்த உலர் உணவை உண்பதில் அதற்கு எவ்வித சங்கடமும் இல்லை – இந்த உணவால் அதன் வயிறு நிறையுமா – தெரியாது – ஆனால் கண்டிப்பாக அது மீண்டும் அதன் மலத்தைத் தின்னும் அவல நிலைக்குச் செல்லாது. “நீ தினமும் உணவளிக்க வேண்டியா அது உன் கண் முன்னே அதன் மலத்தை உண்ணச் சென்றது” என்று லீன் பாலின் குரல் என் காதுகளில் ஒலித்தது. இல்லையென்பதாய் தலையாட்டினேன்.

பீடி சிகரெட் குடி என்பதெல்லாம் தவறான – மோசமான பழக்கம் என்பதில் எந்தவொரு மாற்றுக்கருத்தும் எனக்குக் கிடையாது. ஆனால் இதைவிடவும் மிகவும் மோசமான பழக்கம் ஒன்றிருக்கிறது. அது – தனக்கு மேலான அதிகாரியிடம் அல்லது தனக்கு மேலான தகுதியுடையவர் என்று நினைக்கும் ஒருவரிடம் நற்பெயர் பெறும் பொருட்டு தன்னை வருத்திக் கொள்வதோடல்லாமல் தன்னைச் சுற்றி இருப்பவர்களின் கால்களை இழுத்துவிட்டு அவர்கள் தோள் மீதேறி, தன் சுயலாபத்திற்காக, தன் சுய முன்னேற்றத்திற்காக அவர்களுக்கான வாய்ப்பைத் தட்டிப்பறித்து – எட்டிப்பிடித்து – மேலேறிச் செல்லும் பழக்கம்.

குடிப்பழக்கத்தையும் புகைப்பழக்கத்தையும் தவறெனச் சொல்லும் இந்தச் சமூகம், இந்தப் பழக்கத்தை மட்டும் ஏதும் சொல்லாது. தேவைப்பட்டால் “அவனைப் பார்த்தியா” என்று அவர்களை உதாரணப் புருஷர்களாக உருவகப்படுத்தி அம்மாதிரியான நினைப்போ அல்லது செயல்படும் எண்ணம் இல்லாதவர்களுக்கும் கூட அந்தப் பழக்கத்தை ஊட்டிவிட முயலும்.

இந்தச் சமூகம் என்னையும் என்னுடைய இளம்வயதில் துரத்தியது. முடிந்தவரையிலும் அவர்களுடைய பார்வைக்குப் படாதபடிக்குத் தப்பித்து ஓடினேன். ஒருகட்டத்தில் ஓட உடம்பில் தெம்பற்று எதிர்த்து நின்றேன். இவன் இவ்வளவுதான் என்பதைப் போன்று சமூகம் என்னை ஒதுக்கிவிட்டு வேறொருவனைத் துரத்த ஆரம்பித்தது. இதோ இப்பொழுது மீண்டும் துரத்த ஆரம்பித்திருக்கிறது. “உனக்கப்புறமா எழுத வந்தவன்...” என்கிற ரீதியில். மிகவும் ஆயாசமாக அயர்ச்சியாக இருக்கிறது என்று

சொல்வதை விடவும், இப்படி எழுதுவதற்கே எனக்கு ஆபாசமாக இருக்கிறது.

எனக்கு எழுத வருவதால் எழுதுகிறேன். அதற்கு அர்த்தம் நான் எழுத்தாளன் என்று அறியப்படுவதற்காகவோ அல்லது எழுத்தை வைத்துப் பணம் சம்பாதிக்கவோ அல்ல. தோன்றும்போது எழுதுவேன். தோன்றவில்லை என்றால் எழுதுவதில்லை. ஒரு இரவு முழுக்க விழித்திருந்து எழுதிய காலமும் உண்டு. தொடர்ச்சியாக நாலைந்து மாதங்கள் ஒரு அட்சரம் கூட எழுதாமல் இருந்த காலங்களும் உண்டு. இவ்வளவுதான் நான். நான் யாருக்கு உண்மையாக இருக்கிறேனோ இல்லையோ எனக்கு நான் உண்மையாக இருக்கிறேன். அதன் அர்த்தம் என் படைப்புகளுக்கு நான் உண்மையானவனாக இருக்கிறேன். அதனால் அது வெற்றியடைந்தாலும், எவர் பார்வைக்கும் வராமல் போனாலும் அதைக் குறித்து எந்தவொரு மனக்கிலேசமும் எனக்குக் கிடையாது. சுந்தர ராமசாமி சொல்வது போல ஒரு மனிதனின் முக்கியமான பிரச்சனையே சக மனிதனிடமிருந்து எப்படித் தப்புவது என்பது தான்.

எட்டுக்கால் பூச்சிக்கு எட்டே எட்டுக் கால்கள் தாம். ஆனால் மனித மனதிற்குள் எத்தனை சிந்தனைகள் ஓடுகிறதோ அத்தனை கால்கள் என்கிற நகுலனின் வரிகள் நினைவுக்கு வந்தன. வீட்டிற்குள் படுத்திருக்கும் க்ரேட் டேனைப் பார்த்தேன். வயதின் முதிர்ச்சியால் - எழுந்து நிற்கவோ - உண்ணவோ கூட உடலில் தெம்பின்றி சுருண்டு படுத்திருப்பது தெரிந்தது. அதன் உடல் விட்டு உயிர் பிரியும் முன்னே நான் எழுத ஆரம்பித்த கதையை எழுதி முடித்து அதற்குச் சமர்ப்பிக்க வேண்டுமென்கிற முடிவோடு, விரலிடுக்கில் பற்றியிருந்த சிகரெட்டை தரை ஓடு பதிக்கப்பட்ட மொட்டைமாடியின் தரையில் போட்டுக் காலால் நசுக்கிவிட்டு என்னுடைய அறைக்குள் நுழைந்தேன். சற்று முன் நான் எழுத ஆரம்பித்திருந்த கையெழுத்துப் பிரதி மேஜையின் மேல் நேர்த்தியாக அடுக்கி வைக்கப்பட்டிருந்தது. என்னுடைய மூக்குக் கண்ணாடியை எடுத்துக் கண்களில் மாட்டிக் கொண்டு, நான் சற்று முன் எழுதியதை மீண்டுமொருமுறை வாசிக்க ஆரம்பித்தேன்.

ஓவியம் போன்ற எழுத்துகளால் வரையப்பட்ட கோட்டோவியம் இங்கு உயிர் வாழும் ஒவ்வொரு மனிதருக்குள்ளும் ஒரு மிகப்பெரிய

ஆசை இருக்கிறது. அந்த மிகப்பெரிய ஆசை என்பது ஒருவகையில் அவர்களுடைய பேராசையாகவும் இருக்கிறது. அதை அவர்களால் வெளியே சொல்ல முடிவதில்லை, காரணம் அந்த ஆசையானது அதைக் கேட்கும் ஏனையோருக்கு மிகவும் எளிமையானதாகத் தெரிந்துவிடுமோ என்கிற தயக்கம். மண் பெண் பொன் என்கிற மூன்றையும் தாண்டிய ஆசையது. இது மூன்றும் கிடைத்தாலும் நிறைவேறாத ஆசையது. சொந்த மண்ணில் பொன்னாலான கட்டிலில் மனதிற்குப் பிடித்த பெண்ணோடு கூடிக் குலாவி களித்த பின்னரும் தூக்கம் வராது விழித்திருக்கும் பொழுதினில் மனதில் தோன்றும் ஏக்கமான 'கனவுகளற்ற உறக்கம்' என்கிற ஆசைதான் அது.

கட்டாந்தரையில் ஒரு துண்டை விரித்தேன்
தூக்கம் கண்ணைச் சொக்குமே அது அந்தக் காலமே
பட்டு மெத்தையில் சுத்த பன்னீர் தெளித்தும்
கண்ணில் தூக்கம் இல்லையே அது இந்தக் காலமே

ரஜினி நடிப்பில் வெளியான அண்ணாமலை படத்தில் சூப்பர் ஹிட்டான பாடலில் வரும் வரிகள் இவை. ஏதோ பணக்காரர்கள் மட்டும் தூக்கமற்று இருப்பவர்களைப் போலவும், ஏழைகள் நிம்மதியாகத் தூங்கிக் களிப்பதைப் போலவும் சித்தரிக்கப்பட்ட வரிகள். மரணமும் தூக்கமும் மனிதர்களில் ஏழை பணக்காரன் என்கிற வர்க்க பேதமோ அல்லது ஆண் பெண் என்கிற பால் பேதமோ பார்ப்பது கிடையாது. எனக்காகக் காத்திருக்கிறாயா என ஏளனமாகக் கேட்கும், ஆம் என்றால் சரி நான் வரும் வரையில் காத்திரு என்று அதே ஏளனத்தோடு பதிலளித்துவிட்டு, காத்திருப்பவரை அப்படியே காத்திருக்க வைத்து வேடிக்கை பார்க்கும். இல்லையில்லை நான் விரும்பும் நேரத்தில் நீ வந்தேயாக வேண்டுமென மனிதர்களுக்கே உரிய தன்முனைப்போடு அதன் கையைப் பிடித்து இழுத்தால், அதற்கான பின்விளைவுகளை அவர்கள் எதிர்கொண்டேயாக வேண்டும். அந்தப் பின்விளைவுகளை எதிர்கொள்ளுமளவிற்கு என் உடலிலும் மனதிலும் சக்தியில்லை அதுவும் போக எந்தவொரு விஷயத்தையும் வலிந்து திணிக்கப்படுவதிலும், வம்படியாய் இழுத்து அணைத்துக் கொள்வதிலும் எனக்கு உடன்பாடு இல்லை. இந்த முட்டாள்தனமான காரணமாகவே கடந்த ஏழு நாட்களாக நான் உறக்கமின்றி அமர்ந்திருக்கிறேன்.

இந்த நிமிடம் கடவுள் என் முன்னே வந்து உன் பிரச்சனையை எல்லாம் தீர்ந்துபோகுமளவிற்கு பணம் வேண்டுமா அல்லது உன் கவலைகள் எல்லாம் நீர்த்துப்போகுமளவிற்கான தூக்கம் வேண்டுமா எனக் கேட்டால், நான் சற்றும் தயங்காமல் தூக்கத்தைத் தான் கேட்பேன். ஒருவேளை அதே கடவுள் என்னிடம் தூக்கமா மரணமா என்று இருவிரலை நீட்டுவாரெனில், நிரந்தரத் தூக்கம் போதுமென அவரின் விரல்பற்றிக் கொள்வேன். என்ன இத்தனை நாளும் கடவுள் இல்லையென்று சொல்லி நாத்திகம் பேசியவன், கடவுளின் கரம்பற்றிக் கொள்வதைப் பற்றிப் பேசுகிறானே என்று ஆச்சரியமாக இருக்கிறதா...? உண்மைதான். குற்றவுணர்வும் அதனால் உண்டான மன உளைச்சலும் உருவாகும் வேளையில் கடவுளின் நினைப்பு வராமல் இருந்தால் மட்டுமே நீங்கள் ஆச்சரியம் கொள்ள வேண்டும்.

அது எப்படியொரு மனிதன் ஏழு நாட்கள் உறங்காது விழித்திருக்க முடியுமென நீங்கள் சந்தேகிப்பது தெரிகிறது. உங்களது சந்தேகம் சரியானது தான். எனக்கு ஒருசில நாட்கள் தூக்கம் வந்திருக்கிறது. நான் ஆழ்ந்து தூங்கும் முன்னமே என் காதருகினில் யாரோ ஒருவர் வந்து "ஒவ்வ்வ்வ்" எனக் கத்தி எழுப்பிவிடுவார்கள். இதை வாசிக்கும் நீங்கள் நாள் முழுக்கத் தூங்கவேண்டிய தூக்கத்தை பத்து நிமிடத்தில் தூங்கித் தீர்த்திடும் பயிற்சியான "டைனமிக் தூக்கம்" என்பதை அறிந்திருப்பீர்கள் என நினைக்கிறேன். அந்த டைனமிக் தூக்கத்திற்காகவாவது ஸ்ட்ராங்கான காஃபி தேவைப்படும். ஆனால் எனக்கு அதுகூடத் தேவையானதாக இல்லை. கண் நிறைய தூக்கம் வந்து அசந்து போய்க் கண்ணயரும் நேரம் இந்தக் குரல் என்னை எழுப்பி விட்டுவிடுகிறது, திடுக்கிட்டுக் கண் விழிக்கும் அடுத்த நொடியில் கண் நிறைந்திருந்த தூக்கம் காணாமல் போய்விடுகிறது. மீண்டும் நித்திராதேவி என்னைத் தழுவ நான் காத்திருக்க வேண்டியதாகிவிடுகிறது.

பின்னுரை

ஓவியம் போன்ற எழுத்துகளால் வரையப்பட்ட கோட்டோவியம் என்ற சிறுகதைத் தொகுப்பு எனக்குச் சரியாக ஹாலோவின் காலகட்டத்தில் படிக்கக் கிடைத்தது.

வாஸ்தோவின் பிற படைப்புகளைவிட இது முற்றிலும் வேறுபட்ட எழுத்தாக உருவாகியிருக்கிறது. அது என்னளவில் ஒரு ஆச்சர்யம்தான்.

Gothic Literature குறிப்பாக Gothic Fiction என்பது என்றுமே என் விருப்பமான எழுத்துவகையாக இருந்திருக்கிறது. கடற்கன்னிகளும், சூனியக்காரிகளும், பறக்கும் துடைப்பங்களும், சிலந்தி வலைகள் நிரம்பிய புழக்கமில்லாத அரண்மனைகளும் என்றுமே என்னைப் பரவசத்தில் ஆழ்த்தத் தவறியதே இல்லை. நீல உடை இளவரசிகளை விடக் கறுப்பு உடை சூனியக்காரிகள் எனக்கு அணுக்கமானவர்களாக இருக்கிறார்கள்.

வாஸ்தோ Metaphysical எழுத்து முறையைக் கையாண்டு ஒரு சிறுகதை எழுதுகிறார் என்று சொன்னதுமே நான் துள்ளிக்குதிக்காத குறையாகச் சொன்னேன். *Bring it on, I Love it* என்று.

இந்த Gothic Literature எழுத்து வகை 17 ஆம் நூற்றாண்டின் ஆரம்பத்தில் ஓர் எழுத்து வடிவமாக இது தொடங்கியது. எட்கர் ஆலன் போ போன்ற சிறந்த எழுத்தாளர்களால் இந்த எழுத்து

வடிவம் வளர்ந்தது. அதுக்குப் பிறகு GOTHIC கலைவடிவங்கள் ஒரு பிரபலமான பாப் கலாச்சாரமாக ஆகிவிட்டது.

தேவதைகள் மட்டும் அழகில்லை, டிராகுலா, வாம்பைர், பேய், பிசாசுகள், சாத்தான் கூட அழகுதான் என்ற எதிர் வாக்குவாதங்கள் எழுந்தன. இந்தக் கலாச்சாரம் குறிப்பாக, சமூக ஏற்றத்தாழ்வுகளை, அழகியலை, கட்டமைப்புகளை, நியதிகளை அடித்துத் துவம்சம் செய்தது .

வாஸ்தோவின் எழுத்து என்றுமே ஒரு கட்டமைப்புகளுக்குள் இருந்ததில்லை. அவர் படைக்கும் ஒரு உலகத்தை அவரே ஒரு புள்ளியில் உடைத்தெறிவார். நியாய அநியாயங்களுக்கு அப்பாற்பட்டு மனித உணர்வுகளை மிக நேர்மையாக, ஒளிவுமறைவின்றி அதன் கவிச்சித்தன்மையுடன் எழுதும் முறை என்றுமே எனக்குப் பிடிக்கும். வாஸ்தோவின் எழுத்துகளில் எந்தவிதமான சுகமும் சௌகரியமும் கிடைக்காது. மாறாக வாஸ்தோவின் எழுத்து நம்மை வேலை வாங்கும். யோசிக்க வைக்கும், கேள்விகேட்க வைக்கும், நமது அக இருளைச் சற்று உற்று நோக்க வைக்கும். அவரின் பிற எழுத்துகளில் உள்ள கொண்டாட்டம், வெறி எதுவும் இதில் இருக்காது என்ற எச்சரிக்கையோடுதான் ஒருநாள் நள்ளிரவு முதல்கதையான கடற்கன்னியை எனக்கு அனுப்பிவைத்தார் வாஸ்தோ. கடற்கன்னியில் சொற்களின் பிரம்மாண்டம் என்னை ஆச்சர்யத்தில் ஆழ்த்தியது. ஒரு சிறந்த மொழிபெயர்ப்புக்கான மொழிவளம்.

வாஸ்தோ எழுதி நான் பார்த்திடவே பார்த்திராத புதிய புதிய சொற்களின் பிரவாகம் என அந்தக் கதை என்னை அசத்தியது. குறிப்பாகக் கடற்கன்னிகள் மேற்கத்திய folk-lore எனப்படும் நாட்டாரியல் மரபு சார்ந்த புனையப்பட்ட கதாபாத்திரமானது தன் தன்மைகளின் வழிசொல்லும் நியதிகள் கடலின் வாழ்வை மனிதர்களுக்குப் புரியவைக்கும் நோக்கத்தோடு உருவாக்கப்பட்டவை. கடலின் உயிர் இயக்கம் மனித உயிர் இயக்கத்தைவிடத் தொன்மையானது, புராதனமானது. கடற்கன்னிகள் குறித்த தொன்மையான நம்பிக்கைகள் சுவாரசியமானவை, தத்துவரீதியானவை மற்றும் திகிலூட்டக்கூடியவை. கடற்கன்னியானது கடலின் இனப்பெருக்கத்தையும், உயிர் வளத்தையும் குறிக்கிறது.

கடலோடிகள் கடற்கன்னிகளைச் சந்தித்தால் அவர்களை வசியம் செய்து கொன்றுவிடும் போன்ற பல்வேறு கதைகள் மரபு சார்ந்து கூறப்படுகின்றன. பல கதைகள் நம்மை திகிலில் உறைய வைப்பவை. ஒரு *Mystic Folklore* கதையாகக் கடற்கன்னி அற்புதமான அனுபவத்தைத் தந்தது.

ஆழக் குழிக்குள் அமிழ்ந்து போன ஆசைகளை முன்னிறுத்தி ஆசைகளால் நிரப்பப்பட்ட ஆழக்குழியைப் பற்றிய ஒரு கருத்தாய்வு சிறுகதை, *Mythology* வகையைச் சேர்ந்த ஒரு கதை. உடல்குறித்த ஓர் உரையாடல் வழி கட்டமைப்புகளின் மீது ஏறியமர்ந்து கேள்வி கேட்கும் துணிவு அலாதியானது.

உடைந்த ஒயின் கோப்பை ஒற்றை முலையாகி பாண்டியன் அரசவையில் தலைவிரிகோலத்துடன் தகித்து நின்ற கண்ணகி கேட்ட நியதிகளா? கொற்றவை சொன்ன நியதிகளா? தன்னிகரான வீரனைச் சந்தித்த அக்கீலீஸின் நியதிகளா? பெந்தேசிலியாவின் நியதிகளா? எது ஏற்புக்குள்ளான நியதிகள்? அரண்மனையில் குற்றமெனக் கருதும் கொலைகள், களத்தில் வீரமென்றால் எது மானுடம் தழைத்தோங்க உந்தும் நியதி? இதை ஒரு கதை என ஒப்பாமல் கருத்தாய்வு என்று தலைப்பிட்டதில் மறைந்துள்ள சூசகம்தான் கதையின் சாரத்தைக் குறிக்கிறது. பண்டைய புராணக் கதைகளும், காப்பியங்களும் எதையெல்லாம் படைத்ததோ அதையெல்லாம் நவீன உலகம் மாற்றியமைத்தது. குறிப்பாகச் சமூக, அரசியல், வாழ்வியல் நடைமுறைகள். காலம் காலமாக முலை அறுக்கப்பட்ட பெண்களின் கதைகளுக்குப் பின்னால் உள்ள ஒடுக்குமுறைகளுக்கு அநீதிகளும் கொண்ட கதைகளைப் பார்க்கும் போது முலைகள் என்பதே ஒரு புரட்சி வடிவமா பார்க்கப்பட்டதா? இந்தக் கதையில் முலை என்பது ஒரு உறுப்பல்ல, மாறாக அக வெளிக் குறியீடு. அதை நேர்த்தியாகக் கையாண்ட விதம் அபாரம்

வெண்குழலில் மீந்த சாம்பல் ஒரு பேய்க் கதை. பேய்களின் உலகம் என்பது அலாதியான ரசனைக்குரியது. மனிதர்களைப் போலல்ல, பேய்கள் சுவாரசியமானவை. இந்தக் கதையிலும் ஒரு பேய் வருகிறது. அச்சத்தில்தான் ஒரு மனிதன் தன் உள்ளுணர்வைப் பெரிதும் நம்புகிறான் என்ற உளவியல்தான் *haunted* மற்றும் *Survival* கதைகளின் சாரம். பொதுவாகவே பேய்க்

கதைகளின் நிலம் என்பது ஒரு வீடாகவோ, கட்டிடமாகவோதான் இருக்கும்.

காரணம் ஒவ்வொரு கட்டிடமும் அங்கு வாழ்ந்த மனிதர்களின் உணர்வுகளையும் குணங்களையும் தன்னகத்தே எப்போதும் வைத்திருக்கும் என்ற நம்பிக்கை மிக அதிகமாக இருக்கிறது.

ஒரு உயிர் இறந்தபிறகு அது வாழ்ந்த நிலத்தில்தான் உலாவும் என்ற நம்பிக்கையும் நிலவுகிறது. இந்தக் கதையில் நிறையப் பேய் வருகிறது. ஆனால் நிஜத்தில் எது பேய்? அந்தப் பைக் ஓட்டி வரும் மனிதனா? அவனது அசதியா? அல்லது உறக்கத்தில்கூட கவனமாக இருக்கப் பழகிய அவனது புலன்களா ?அதீத சுதந்திரம் பழகிய மனமா? அல்லது ஆபத்தை நோக்கியே ஓடத்துணியும் துடுக்குத்தனமா? எது பேய்? அவன் சந்தித்த நிலமா? சவக்களையிலான மனிதர்களா? அல்லது அத்தனையும் அவன் கனவா அல்லது அத்தனையும் அவன் எதிர்பார்ப்பா? இல்லை அமானுஷ்யமா என முடிவை நம் கையிலேயே தந்துவிட்ட எழுத்தாளரின் திமிரா எது நிஜமான பேய் என்பதுதான் இந்த மீந்த சாம்பலின் சாரம்.

வழமையான பேய்க்கதைகளைப் போல இது அச்சத்தைத் துரத்தும் கதையல்ல உள்ளுணர்வைத் துரத்தும் பயணம்தான் இந்தக் கதை.

பாம்புகள் என்பது மாய எதார்த்த இலக்கிய உலகின் சக்ரவர்த்திகள் என்பார்கள். உலக மரபில் பாம்புகள் *(Serpents)* பற்றிய கதைகள் மற்றும் நம்பிக்கைகள் ஏராளம். ஆனால் பொதுவாக சர்ப்பங்கள் மாயவுலகில் எதைக் குறிக்கின்றன?

சர்ப்பங்கள் இச்சையையும், காமத்தையும், கருவுறுதலையும், தொப்புள்கொடியையும், கற்பனை வளத்தையும் குறிக்கும். இச்சைகள் வழி ஒரு மனம் எதை எதையெல்லாம் சாத்தியமாக்கும், எதை எதையெல்லாம் செய்யத்துணியும் நிலத்தின் மீதுள்ள நியதிகளை எல்லாம் மீறும் வன்மை பொருந்திய இச்சைகளின் உலகம் எத்தகை வளமானது என்பதுதான் தொப்புள்குழியுள் புதைந்திருந்த விருட்சத்தைப் பற்றி அல்லது விருட்சத்தின் வேர் ஊடுருவிய தொப்புள் குழியைப் பற்றி என்ற மாய எதார்த்த கதை. ஒரு மனித மனத்தின் குரூரம் எந்த எல்லைக்கு வேண்டுமானாலும் செல்லும். பாம்புகள் ஊர்ந்து ஊர்ந்து எல்லா இடத்திற்கும் செல்வது போல மனமானது வாழ்வின் அத்தனை இடுக்குகளிலும்

தன் சுகத்தையும் சொகுசையும் தேடித்தான் அலைகிறது. இச்சைகொண்ட மனதைத் தவிர, கொடிய ஆபத்தொன்று எதுவும் இல்லை. சிலசமயம் அந்த மனமே தன்னைத் தானே உரித்துக்கொண்டு புது ரூபம் எடுக்கும். அமேசான் காடுகளில் மனித சஞ்சாரமே படாத அடர்த்தியில் ரகசியமாக வாழும் பச்சை அனகோண்டா பாம்புகள் இணைசேராது தனக்குத் தானே கருத்தரித்துக்கொள்ளும். அதுபோல மனித மனம் தனது எண்ணத்தை நியாயப்படுத்த புதுப்புது காரண குட்டிகளைக் கணக்கே இல்லாமல் ஈன்றெடுக்கும். பாம்புகளின் உலகத்தைக் கையிலெடுத்து அதற்கு மனிதனின் சபலத்தை உவமையாக்கிய ரசனை சுவாரசியமானது.

இந்தத் தொகுப்பின் இறுதி கதை *existentialism* களத்தில் உலவுகிறது. *existentialist literature* என்பது மனித வாழ்வின் அபத்தம், மரணம், சுதந்திரம், அந்நியப்படுதல் மற்றும் ஒடுக்குமுறையின் மீதான அழுத்தம் ஆகியவை சூழ நிகழும் ஓர் உரையாடலே இந்தக் கதை.

வளர்ப்புப் பிராணிகளை வளர்க்கும் மனிதனின் உளவியல் வித்தியாசமானது. எதிர்பார்ப்பற்ற அன்பையும், விசுவாசத்தையும் நேரத்தையும் வளர்ப்புப் பிராணிகளிடம் மனிதன் உணர்வதாக உளவியல் கூறுகிறது. மனிதனின் ஆகப்பெரிய ஆறுதல் என்பது சக மனிதனால் சக உயிரினத்தால் சகித்துக்கொள்ளக்கூடிய ஏற்புடைய ஒரு வாழ்வு வாழ்தல் மட்டுமே. ஒரு நாய் உணரும் வலிகளை மனிதனால் ஒருபோதும் புரிந்துகொள்ள முடியாது. ஆனால் அதுவே அவனை நிலைகுலையச்செய்யப் போதுமானவை என்ற கருத்து நாய்களுக்கு மட்டுமல்ல சிலசமயம் சகமனிதர்களுக்கும் பொருந்தும். நம் வலிகளைப் புரிந்துகொள்ள முடியும் அல்லது முயற்சிக்கும் மனிதர்களிடம் மட்டுமே நம்மால் புழங்க முடிகிறது. மாறாக நாய்களோ பூனைகளோ அப்படி யோசித்தால் மனிதன் எந்த அருகதையும் அற்றவனாக மாறிவிடுவான் அல்லவா? தன் மலத்தைத் தானே தின்னும் விலங்குகள் பசிக்காக, உணவின்மைக்காக அப்படிச் செய்கிறதென்று மனிதன் நினைக்கிறான். ஆனால் விலங்குகள் தன் மலத்தைத் தானே உண்ணப் பல காரணங்கள் இருக்கின்றன. அதை மனிதச் சுத்த மனப்பான்மையைக் கொண்டு அளவிட முடியாது. ஒரு வாழ்வைக் கொண்டு ஒரு வாழ்வை மதிப்பிட முடியாது. ஓர் இருப்பைக்

கொண்டு ஒன்றை இருத்திவிட முடியாது. அடுத்தவர் நாசியில் நாம் சுவாசிக்க முடியாது அதுபோலத்தான் இருத்தலியல் இயல்பும். இருத்தலியல் என்பது சுதந்திரத்தின் முக்கியத்துவத்தை வலியுறுத்தும் ஒரு தத்துவ இயக்கம். இதன் கூறுகள் கூற வருவது ஒன்றுதான். எதையுமே இங்கே வரையறுக்க முடியாது. எதையுமே இங்கே நிரூபிக்க முடியாது. வாழ்வை அதனதன் அபத்தங்களோடும், அசூசையோடும், ஆர்வத்தோடும், ஆவலோடும் எந்த அகம் புறம் நிர்ப்பந்தமும் இல்லாமல் வாழ முடிகிறதோ அதுவே இருத்தலியல். இந்த உரையாடல் நிஜத்தில் நால்வருக்குள் நடந்ததா அல்லது ஒருவரே நால்வராக வாதிட்டாரா என்பதை வாசிப்பவர்கள் வசமே விட்ட விதம் பாராட்டுக்குரியது.

இந்தத் தொகுப்பில் உள்ள ஐந்து கதைகளும் நிகழும் களங்கள் Metaphysical என்னும் மெய்யியல் சார்ந்த விழுமியங்கள், தொடர்புகள், மரபு, மொழி, சமுதாயக்களம், மக்கள், நியதிகள் ஆகியவற்றின் இருப்பு சார்ந்த தத்துவங்களும், இயல் அறிவியலும் ஒருங்கே பயணிக்கும் கதைகளாகும்.

இந்த ஐந்து கதைகளும் Mystic folklore, Mythology, Horror, Magical Realism மற்றும் Existentialism ஆகிய களங்களில் நிகழ்வது சிறப்பு. Gothic புனைவுலகத்தில் எழுதப்பட்ட இந்தப் புத்தகம் Gothic இலக்கியத்தின் ஐந்து பிரிவுகளைக் களமாகக்கொண்டு அடர் உணர்வுகளின் ஆழமான வெளிப்பாடாக அமைந்திருக்கிறது.

- கஸல்

வாஸ்தோ

நாகர்கோவிலைச் சேர்ந்தவர். சேருமிடம் தெரியாத பைக் பயணங்கள் தன்னை உயிர்ப்புடன் வைத்திருப்பதாக நம்பும் வாஸ்தோ, நாடோடி வாழ்வியலில் ஈடுபாடு கொண்டு ஒரு Bohemian ஆக வாழ்ந்து வருபவர். தாம் கண்டுணரும் அனுபவங்களை சொல்லும் கதைசொல்லியாக இருக்கிறார் வாஸ்தோ.